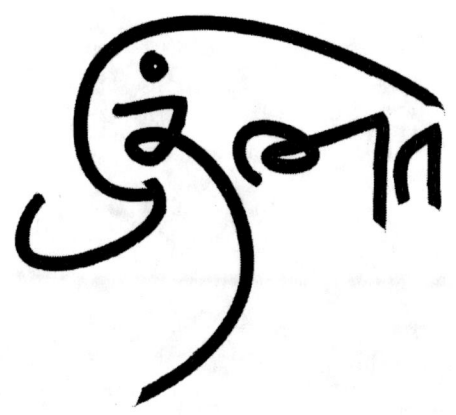

திக்ளா

ஜே.பிரோஸ்கான்

வேரல்
புக்ஸ்

வேரல் புக்ஸ் வெளியீட்டு எண்: 30

பித்னா * ஜே.பிரோஸ்கான்© * கவிதைகள் * முதல் பதிப்பு: ஜனவரி 2023 * பக்கங்கள்: 106 * வேரல் புக்ஸ் * 6, இரண்டாவது தளம், காவேரி தெரு, சாலிகிராமம், சென்னை – 600093 * மின்னஞ்சல்: veralbooks2021@gmail.com * தொலைபேசி: 9578764322 * அட்டைவடிமைப்பு: லார்க் பாஸ்கரன் * லேஅவுட்: சந்தோஷ் கொளஞ்சி

Fitna * J. Firos Khan© * Poems * First Editon: January 2023 * Pages: 106 * Veral Books * No: 6, 2nd Floor, Kaveri Street, Saligramam, Chennai – 600093 * Email ID: veralbooks2021@gmail.com * Phone: 9578764322 * Wrapper Designed by: Lark Bhaskaran * Layout Designed by: Santhosh kolanji

Rs. 110

ISBN: 978-81-960544-1-0

ஜே.பிரோஸ்கான் (பி. 1984)

இயற்பெயர் ஜமால்தீன் பிரோஸ்கான் கிழக்கிலங்கையின் திருகோணமலை மாவட்டம், கிண்ணியாவைச் சேர்ந்தவர். பேனா பதிப்பகம், பேனா இலக்கிய பேரவையின் பதிப்பாளரும், சமாதான நீதவனுமாகிய இவர்,

இதுவும் பிந்திய இரவின் கனவுதான் *(கவிதை 2009)*

தீ குளிக்கும் ஆண் மரம் *(கவிதை 2012)*

என் எல்லா நரம்புகளிலும் *(கவிதை 2013)*

ஒரு சென்ரீ மீட்டர் சிரிப்பு பத்து செகண்ட் கோபம் *(கவிதை 2013)*

காக்கைச் சிறகினிலே நந்தலாலா *(2015 சிறார் இலக்கியம்,தேசிய நூலாக்கல் திணைக்களத்தினால் பரிசு பெற்று பதிப்பு செய்யப்பட்டவை)*

ஆண் வேசி *(2014 கவிதை)*

மீன்கள் செத்த நதி *(கவிதை 2015)*

என் முதுகுப் புறம் ஒரு மரங்கொத்தி *(கவிதை 2016)*

நாக்கு *(கவிதை 2017 கொடகே தேசிய சாகித்ய விருதை வென்றது)*

ஜே.பிரோஸ்கான் கவிதைகள் ஆங்கில மொழி பெயர்ப்பு *(அமேசன்)*

இருடி *(கவிதை 2022)*

ஆகிய நூல்களை எழுதியிருக்கிறார்.

இவருக்கு 2017 / 2018க்கான தேசிய கொடகே சாகித்ய விருது அவரது நாக்கு கவிதை நூலுக்குக் கிடைக்கப்பெற்றது. 2020ஆம் ஆண்டு இந்தியா படைப்பு குழுமத்தினர் வழங்கிய கவிச்சுடர் விருதும் கவனத்திற்குரியது.

'பித்னா' குழப்பங்களின் குகை

ஆதிக் காலம் தொட்டு இலக்கியம் அதன் பரம்பரையைக் கால மாற்றத்தோடு பயணித்துதான் கொண்டு வந்திருக்கிறது.

முன்னோர் இலக்கியம் அரேபியே தேசத்தின் சாயலை மிஞ்சிய தளத்தில் பயணிக்க முற்பட்ட காலத்தில்தான், தமிழ் இலக்கியம் புதுமைகளை உருவாக்கத் தொடங்கியது கவிதைப் படைப்புக்களில்.

இன்றைய தினத்தில் நாம் பல கவிதைத் தளத்தைக் கொண்டிருந்தாலும் நவீனம், பின்நவீனம் என்பதனையே கொண்டாடுகிறோம். ஒவ்வொரு படைப்பாளியின் கவிதைத் தளம் அவரவர் தனித்துவப் பாதையில் பயணிக்கப் பிரயத்தனம் செய்து கொண்டிருக்கின்றது.

அதிலும், அதி சிறப்பெனத் தத்தமது படைப்புகளை யாரும் தூக்கிக் கொண்டு அலைய முடியாதபடி படைப்புகள் வேறு தளங்களில் புதுப்புது பரிணாமத்தில் படைக்கப்பட்டு வருகிறது.

புரிதலின் மேதாவியத் தனத்திலேயே சில கவிதைப் பிரதிகளும் கொண்டாடப்படுகின்றன.

இப்படியான நெருக்கடிமிக்கக் காலப்பகுதியில்தான் நானும் எனது கவிதைகளைத் தூக்கிக் கொண்டு வந்திருக்கின்றேன்.

இந்தத் தைரியத்தைத் தமிழ் நாட்டுப் படைப்பு ஊடகங்களே எனது படைப்புக்கும் எனக்குமான மன தைரியத்தையும் தளத்தையும் தந்தது என்பதில் எவ்வித சந்தேகமுமில்லை.

எனது இலக்கியப் பிரதி சமூகத் தளத்திலிருந்து புறப்படுபவை... ஒரு சாமானியனின் அகம், புறம் சார்ந்த விடயங்களைப் பேசுபவை. தன்னை ஆளுகின்ற சம்பவங்களால் நிரம்பியவை. ஒரு சூழலியல் எழும் பல்வேறுபட்ட பிரச்சினைகளால் கட்டமைக்கப்பட்டவை. எனது அகம், புறம், சார்ந்த விடயங்களை மையப்பொருளாகக்

கொண்ட புனைவினால் உருவாக்கப்பட்ட பிரதியே இந்த ‘பித்னா’ என்ற கவிதைப் பிரதி.

எனது பன்னிரெண்டாவது கவிதை நூலாக இப்பிரதி வெளிவருவதில் எனக்குப் பெரும் மகிழ்ச்சிதான். இந்த மகிழ்ச்சியை நான் கொண்டாடுவதற்குக் காரணகர்த்தாக்களான கவிதாயினியும் பதிப்பகத்தாருமான தோழர் அம்பிகா குமரன் மற்றும் அவர் சார்ந்த நண்பர்களுக்கும் பல நூறு நன்றிகள் சொன்னாலும் ஈடாகாது.

‘பித்னா’ என்றால் என்னவென்று பலரும் யோசிக்கலாம். ‘பித்னா’ என்பது அரேபிய சொல். இது குழப்பங்களை நிகழ்த்துவதற்காகவும், சண்டை, பிளவுகளை உண்டு பண்ணுவதற்காகவும், இன்னும் சோதனைகளுக்காகவும் இறை நூலில் பாவிக்கப்பட்ட குறித்த சொல்லானது மிகவும் முஸ்லிம்களிடையில் புழக்கத்திலுள்ள சொல்தான் என்றாலும் மாற்று சகோதரர்களுக்கு இச்சொல் சற்றுப் புதிதாகவே இருக்கும். இந்தக் கவிதைப் பிரதிக்குப் பின்னர் இச்சொல் தமிழுக்கு மிக நெருக்கத்தை உண்டு பண்ணும் என்ற நம்பிக்கை எனக்குண்டு.

எனது நம்பிக்கையை உங்களுக்குள் புகுத்தி விடுவதற்கான சந்தர்ப்பத்தை ஏற்படுத்தித் தந்திருக்கும் வேரல் பதிப்பகத்தாருக்கு மீண்டுமொரு முறை நன்றியையும், அன்பையும் பகிர்ந்து கொள்கிறேன். மற்றும் தோழர் கவிஞர் ஓவியர் லார்க் பாஸ்கரன் மற்றும் ஒப்பு நோக்கிய நஸார் இஜாஸ், நண்பர் ஏ.நஸ்புள்ளாஹ், ஜமீல், றியாஸ் குரானா, கிண்ணியா சபறுள்ளாஹ், எம்.ரீ. சபறுள்ளா கான், ஏ.கே. முஜாரத் அவர்களுக்கும் எனது மனைவி நஸீரா மற்றும் மகள் மஹ்தியா மாலிக்கும் மனதின் ஆழத்திலிருந்து பிறப்பெடுக்கும் நன்றியைச் சொல்லி வைக்கிறேன்.

ஜே.பிரோஸ்கான்
இலங்கை
கை பேசி *+94779300397,*
வாட்ஸ்அப்: *786874646*
firosmi.pena@gmail.com
fb id: firoskhan jamaldeen

உள்ளே

1. கடவுள் // 11
2. மூன்றாம் பாலினத்தவன் // 13
3. ஊதா நிற அப்பிள் // 15
4. மாயா // 17
5. சம்பிரதாய கதையும் பல்லியும் // 19
6. இனி நான் மனிதனல்ல // 20
7. பூட்டுவாய் // 21
8. ஒரு ரப்பான் இசை // 23
9. ரப்பானிசை – 2 // 24
10. ப்ரியத்தை கைவிடுதல் // 26
11. நீயென்பது கனவு // 28
12. சந்தோசம் ஒழுகும் தினம் // 29
13. வலி // 30
14. ஒரு சொல் வேண்டும் // 31
15. களவாடப்பட்ட கொங்கையாடை // 32
16. இது அவர்களின் உலகம் // 34
17. என் காலம் // 35
18. எல்லையற்று மிதந்தசையும் காலம் // 37
19. மறுத்தாடல் // 39
20. றெக்கையல்ல பாதை // 40
21. மறைபனிச் சொல் // 41

22. பிரதிச் சொல் // 42

23. எரிக் பாட்ரிக் கிளாப்டனின் கிட்டார் நீ. // 43

24. ஏக்னி டிங்கோவின் எழுதுகோல் நான் // 45

25. நிலைபேறு சொல் // 46

26. மிளகுச் சதை மனசு // 47

27. அசமஞ்சன் // 48

28. குகை // 49

29. தஷ்பீஷ் மணிகளின் இசையில் ஆன்மா குளிர்கிறது // 50

30. நாய்வேட்டம் // 52

31. காமம் // 53

32. இரவு – நாய் – மலைப்பாம்பும் சில ஆடுகளும் // 54

33. இசை – நாய் – மழை // 55

34. புழுதிப் புதன் // 56

35. எலியட்டின் மேற்கோளுடன் ஆழப்புதைகிறேன் // 58

36. நிர்வாணம் // 59

37. அனுமதிக்கக் கூடாத சொற்கள் // 60

38. உப்புக்கரிக்காத சொல் // 63

39. பொம்மை பிரியம் // 64

40. நான் ஜாக் டேவிஸின் தூதன் // 65

41. தூதன் // 67

42. மீள் // 68

43. பிடித்தமான புத்தகப் பக்கங்களில் அழுத்தி மூடி // 69

44. இசைக்குறிப்பு // 71

45. ஏற்கனவே படைக்கப்பட்டவன் // 72

46. இரவு – கனவு – சூரியன் மற்றும் பனியும், மழையும் // 73

47. மதுசார நெடி // 75

48. மாற்றுச் சொல் // 76

49. சிகப்பு வெளிச்சப் பெண் // 79

50. பெருங் கனவு // 81

51. பித்னா // 83

52. ஆரவாரத்தை நிறைவு செய்த ஆண் நாய்கள் // 84

53. குழப்பவியல் // 86

54. மாயச் சொற்கள் // 87

55. மீன் பாடி // 88

56. ஜென் கவிதைகள் // 89

57. இருந்திடட்டும் // 90

58. பாரசீக தெருவில்.. // 91

59. அநீதி // 93

60. அரூபச் சொற்கள் // 94

61. புத்தகம் திறந்து // 95

62. தெரியாதவற்றின் மீதான நேசம். // 96

63. விடுபடுதல் // 97

64. நேர்பாதை // 98

65. வெளியேறு // 99

66. பேதம் ஏதுமில்லை // 100

67. ஒப்புவித்தல் // 101

68. வணங்குவதற்காகவேயன்றி // 102
69. நானும் மழையும் வெயிலும் // 103
70. பனி மேடு // 104
71. கடந்து செல்கிறாய் // 105
72. உறுப்பறையன் // 106

கடவுள்

சாந்த குணமுள்ளவர்கள் எதையும்
பெறுவதில்லையென்ற வாசகத்துக்கு
பொருத்தமானவள் நீ.
குழந்தைகள் சிரிக்கவில்லையென்பதற்காய்
வீட்டை விட்டு வெளியேறினார் கடவுள் என்கிறாய்.
உன் கைகளால் செய்து முடித்த
கருப்புத் தேநீரை ரசித்து சாப்பிட்ட கடவுள்
நன்றி சொல்லாமல் நகர்ந்ததாய்
கவலையோடு வருந்தி
கடவுள் அருந்தி மிச்சம் வைத்த
கருப்புத் தேநீரை நீயே அருந்துகிறாய்.
கடவுள் ஒரு நாளும்
நன்றி மறவாதவர்
சிதைந்த உன் மனக் கோட்டில்
இன்று காலை, அமைதியாக
நடந்து சென்றதை நான் கண்டேன்.
நீ பாவம் செய்ததாய்
நான் ஒரு போதும்
குற்றப்பார்வை கொண்டு
உன் வலிகளை அதிகப்படுத்தவும் மாட்டேன்.
எனக்குத் தெரியும்
அந்த பனிக் குளிரில் சில சூடான கைகள்
உன் நெஞ்சை அடைந்ததை.
அதற்காக நீ கடவுளை வரம்புமீறிய சொற்களால்

காயப்படுத்தியிருக்கக் கூடாது.
சிறிய ஆட்டு மந்தை
தீராப் பசி கொண்ட ஒரு
மலைப் பாம்பின் பசிக்கு தீனியானது போல்
அவர்கள் ஆக்கப்பட்டதை நீ
அறிந்திருக்க வில்லை.
ஆனாலும் உன் கோபம்
நியாயமானதுதான் என்றார் கடவுள்.
இப்போது உன் வீட்டில் குழந்தைகள்
சிரிக்கட்டும் சப்தமாக
மிகவும் சப்தமாக.
கடவுள் குழந்தைகள் நிறைந்த வீட்டில்
மகிழ்ச்சியாக இருக்கத் தவறுவதில்லை.

மூன்றாம் பாலினத்தவன்

எனக்குள் வெகு நுட்பமாக புகும்
உன் அன்பின் நுண் நகர்வு
ஒரு போர்க்கால தந்திரமுடையது.
மெல்ல நெருங்கி
மெல்லச் சிரித்து
மெல்ல ஊடுறுவுகிறாய்.
முன்னொரு நாள் நீ
எனக்கு எதிரியாக இருந்தாய்
அன்பு பற்றி அழுத்தமாக
நீ எதுவும் சொல்லித் தந்ததில்லை.
நேசம் ஒரு அழகான
பறவைக் கூண்டைப் போல
வசீகரமானது என்று நீ சொல்லியதை
மட்டும்
என் பழைய டயரிக் குறிப்பில் எழுதி
வைத்ததாக ஞாபகம்.
பெண், ஆணென்ற பாகுபாட்டின்
நேர் கோட்டில் நாமுமிருந்தோம்.
கனலற்ற உடலென்பதும்
அந்த உடலினுள் அடங்கிக் கிடக்கும்
சிநேகம் என்பதும்
நமக்குள் ஒரு மாய நிகழ்வை
நிகழ்த்தி விடுகிறதல்லவா.
எதற்கும் மடிந்திடாத என் சுயம்
நீ மெல்ல வருடி

பன்னீர் போல் விசிரிய
சில சொற்களின் குளிர்மையில்
கூதலாகிப் போனதும் உண்மைதான்.
ஒரு தாபத்தின் வயதை நீ
ஞாபகமூட்டிய நிசியில்
உடல் நெகிழ்தலின் இறுதி விடுகைக்குள்
சிலிர்ப்படைந்து நான் நின்றிருந்த போது
நீ தந்திரமுடைத்துப் பரவி விட்ட
மந்திரிக்கப்பட்ட சொற்களின் வீரியத்தில்
என் ஜென்ம தாபம்
உரிந்து கொண்டு வெளியேறாது
அங்கயே தனித்து நின்றுவிட
நீ பாம்பின் சட்டை உரிப்பைப் போல
கலைந்து விட்டுச் செல்கிறாய்.
எனக்குப் புலப்படாத உன் நகர்தலை
ஏற்காது நான் இரட்சிக்கவெண்ணாத
பெருங்காட்டினுள் ஆணுமில்லாது பெண்ணுமில்லாது
தனித்து
இப்போது நான்
உடலில் தேங்கி நிற்கும்
தாபத்தின் விளிம்பிலிருந்து
மெல்ல மெல்லக் கரைந்து
மூன்றாம் பாலினத்தின் சாயலில்
வளரத் தொடங்கி விடுகிறேன்.

ஊதா நிற அப்பிள்

மாலியால் சுவரில் கிறுக்கப்பட்ட
அந்த ஓவியத்திலிருந்து
பெயர் தெரியாத விலங்கொன்று
கீழிறங்கி வருகிறது.
மகள் அழத்தொடங்குகிறாள்
ஓடோடிப் போய் ஓவியத்தை அழித்து விடுகிறேன்.
மீதமாகிய கிறுக்களிலிருந்து
ராட்சச பறவையொன்று பறக்கத் தயாராகிறது.
மகள் ஆச்சரியமாகப் பார்த்து மகிழ்கிறாள்.
உடனே பறவையைப் பறக்க விடாமலிருக்க நான்
சில மீன்களைச் சுவரில் வரைகிறேன்
மகள் பறவையை மறந்து மீன்களில்
திகைத்து நிற்கிறாள்.
பறவையோ ஒவ்வொன்றாக
மீன்களை சாப்பிடத் தொடங்குகிறது
இப்போது மகள் மீன்களை
நிறைய நிறைய வரையச் சொல்லிக் கேட்கிறாள்.
நானும் வரைந்து கொண்டேயிருக்கிறேன்.
ராட்சச பறவை சாப்பிட்டுக் கொண்டே வருகிறது.
மகள் மீன்களைப் பாவம் என்கிறாள்
அதனால் கடலொன்றை வரைந்து முடிக்கிறேன்
பறவை பசி தீர்க்கிறது
மகளுக்கோ பசியெடுக்கிறது
அப்பிள் கேட்டு அழுகிறாள்

நான் இப்போது கிறுக்குவதை விட்டுவிட்டு
அப்பிள் ஒன்றை வாங்கவென
நகர்கிறேன்.
மகள் நான் வருவதற்குள் சுவரிலுள்ள
கிறுக்கல்களை அழித்துவிட்டு
அப்பிள் ஒன்றை வரைந்து கொண்டிருக்கிறாள்
அருகில் சென்று மகள் என்கிறேன்
கையில் அப்பிளுடன்.
மகள்
தான் வரைந்த அப்பிளுக்கு
ஊதா நிறத்தை தீட்டியிருந்தாள்.

மாயா

மாலை நட்சத்திரம் பிரகாசிக்கத் தொடங்கிற்று
சூரியன் மேற்கில் மெது மெதுவாக இறங்குகிறது,
இப்போது பறவைகள் தங்கள் கூட்டில்
அமைதியாக உறங்கத் தயாராகின்றன.
மேலும் நான் உறங்க வேண்டும்
எனக்கான கனவைத் தேட வேண்டும்.
மாயா பூ போன்றவள்
ஒவ்வொரு நிசிக் கனவிலும்
அமைதியான மகிழ்சியுடன்
என்னோடு உறங்கிக் கொள்வாள்
அவளது புன்னகை எனதறை
முழுதும் உட்கார்ந்திருக்கும்.
மாயா என்னைப் பசுமையான வயல்கள் மற்றும்
மகிழ்ச்சியான தோப்பு,
ஆட்டுக் குட்டிகள் துள்ளி விளையாடும் இடமென
உற்சாகமாக அழைத்துச் செல்வாள்.
இதற்காகவே நான் மேற்கில் சூரியன்
இறங்கத் தொடங்கும் போதே
மிக விரைவாக உறங்க பழக்கப்பட்டிருந்தேன்.
ஒவ்வொரு மாலை நட்சத்திரங்களின்
பிரகாசத்திலும் மாயா தன் பாதங்கள்
பதித்து என் கனவுகளில் இறங்குவாள்.
அவளது உடல் மிகப் பிரகாசமானவை
உணவுக் குடல்களின் அசைவை

இரசிக்கவே பல பொழுதுகள்
நான் மலசலம் கழிக்காத ஏழாம் வானத்தில்
ரெக்கைகள் விரித்து இளைப்பாறுவதுண்டு.
நிச்சயமாக மாயா இளமையானவளும் அழகானவளும்
வாசகனே உங்கள் கற்பனையில்
மாயா விழுந்து விட மாட்டாள்.
ஆனால் நான் மாயாவுடன்
அந்த உலகத்தில் வாழப்பழகி விட்டிருந்தேன்
என்பது கற்பனையென
நீங்கள் நினைத்துக் கொண்டாள்
நான் கனவை தொடர்ந்து சிலாகிக்கிறேன்.
வாசகனே என்னை பின் தொடர
எனது படுக்கையில் உட்காருங்கள்.

சம்பிரதாய கதையும் பல்லியும்

வலி மிக நேசம் கொண்ட இரவொன்றில்
அழுது புலம்பும் நிகழ்வொன்றை
அறையின் சுவரில் அப்பியிருக்கும்
பல்லியிடம் பகிர்ந்து கொள்கிறேன்
அருகில் மகள் உறங்குகிறாள் என்பதால்
மௌனமாக பகிர்தல் அபிநயங்களுடன் நீளுகிறது.
எனது கடந்த காயங்களின் வலிகள்
ஒரு ராட்சச பறவையொன்றாய்
இந்த இரவை தூங்கிக் கழிக்க விடாது
தடுக்கிறதெனப் பல்லியிடம்
பேசிக் கொள்கிறேன்
அதுவோ உனது படுக்கையறையின் மறு அறையில்
இருட்டால் நிறைந்திருக்கிறதே அங்கு
எலிகள் ஏதுமுண்டா என்கிறது.
நான் சலிப்புக்களுக்கு அப்பாற்பட்டவன்
எனவே பல்லியிடம் இல்லையெனச் சொல்லி
எனது ஆறாக்காயங்களின் சம்பவங்களைப் பகிர்கிறேன்
மிகவும் கவலையுடன் பல்லி
அதனை கேட்டு கீச்சிடுகிறது.
பக்கத்தில் உறங்கும் மகளோ எழுந்து சொல்கிறாள்
நாளை உன் வலி தீர்ந்துவிடுமென
இந்தச் சம்பிரதாய நிகழ்வை
மனைவி ஏற்றுக் கொண்டிருப்பாளா
வாசகனே!
நீங்கள் இன்னும் கொஞ்ச காலம்
முன்னோக்கிச் செல்லுங்கள்
அந்தக் காலத்தில் பதில் இருக்கும்.

இனி நான் மனிதனல்ல

வலிகளின் மேலாக ஒரு கம்பளிப்பூச்சி நகர்கிறது
அதன் கால்களின் தடங்களில்
நிரம்பித் ததும்புகிறது குருதி
சொட்டும் குருதியில்
உங்களது போலித்தனம் ஆங்காங்கே
அப்பியிருக்க வெளியேறுகின்றேன்
உறவுகளை உடைத்து.
இனி நான் மனிதனல்ல
பறவை.
சிறகுகளை விரித்து அமேசன் வரை
செல்லப் போகிறேன்
என்னை கோபிக்கவோ
என்னை நொந்து கொள்ளவோ
எனக்கு வலி தரவோ
என் உளச் சதைகளை கீறிக் கிழிக்கவோ
இனி உங்களுக்கு வாய்ப்பில்லை.
ஏன் என்றால்
நான் மனிதனல்ல.
பறவைகளுக்கு காயப்படுத்தவோ
பழி சொல்லவோ தெரியாது.
என்னை விடுங்கள்
பறவையாகவே வாழ்ந்து விடுகிறேன்.

பூட்டுவாய்

இப்போது எனது விலங்கை உடைத்துவிட்டேன்
எனது பிரதியைச் சுதந்திரமாக
வாசகன் புசித்துகொள்ள முடியும்.

நான் எப்போதும் விதியை மீறாதவன்
குற்றம் சாட்டுவதற்கென
பிரதியில் எங்கோவொரு அவமதிப்பை தேடுவதென்பது
விலங்கிடுதல்.

இப்போது எனது விலங்கை
உடைத்து விட்டேன்
கீழும் மேலுமாக நகரும் சொற்களில்
நீதமிருக்கும்,
கொஞ்சம் நின்று வாசித்து நகருங்கள்.

இப்போது எனது விலங்கை உடைத்து விட்டேன்
உங்களது பார்வை குரோதம்
நெடுக எங்கிலும் நீள
பயணப்படுகின்றீர்கள்
விலா எழும்புகள் இரண்டும்
ஒட்டி வயிற்றுச்சதையெங்கும்
சீழ் ஒழுக ஒழுக.

இப்போது எனது விலங்கை
உடைத்து விட்டேன்
பிந்திய இரவிலாவது விழித்துக் கொள்ளுங்கள்,
அந்த போதி மரத்தின் கீழ்
இறுதியாய் பல மரணங்கள் நிகழ்ந்து போகும்.

இப்போது நீங்கள் விலங்கை உடைத்து விடுங்கள்
நாங்கள் பயணப்படுகின்றோம்
இல்லையேல்
உங்களது இருப்பை விட்டுக்கொடுங்கள்,

ஒரு இரவு போதும்
எங்கள் இயலாமையை உடைக்க.

ஒரு ரப்பான் இசை

ஓராயிரம் இரவுகளுக்கு முன்
அவர்கள் ரசித்துக் கொண்டிருந்தார்கள்
அந்த ரப்பான் இசையொலியை.
ஓராயிரம் இரவுகளுக்குப் பின்
நீயும் ரசித்திருந்தாய்.

இன்று ஒரு முன்னிரவில்
நானும் ரசிக்க விரும்பி நின்றேன்
எல்லா காதுகளாலும்
நாம் கேட்டுக் கொண்டிருக்கிறோம்
இசை விழுந்து கொண்டிருக்கிறது
பின்னிரவு வரை.

மௌனமாய்..
மிக மௌனமாய்

நாம் கேட்டுக் கொண்டிருக்கிறோம்
யாருடைய விரல்கள் அதனை
தீண்டிக் கொண்டிக்கிறது
என்று தெரியாமலே.

இப்போது
இரவை விடியச் செய்கிறோம்.
சுருட்டி வீசப்பட்ட கடதாசி ஒன்றில்
பரவிக் கிடக்கிறது
ஒரு கவிதையாக
ரப்பான்.

ஜே.பிரோஸ்கான்

ரப்பானிசை – 2

புரியாத பாடலொன்றையும்
அதன் மொழியையும்
ஒரு ஆபிரிக்க இசை ரசிக்க வைக்குமெனின்,
ஒரு ரப்பான் இசையை
நீங்கள் புரிந்துகொள்ள
சொற்ப நேரம் போதுமானது.

வரிகளை விடவும், மொழியை விடவும்
மிகவும் இரசனைமிக்கது ரப்பானிசை.

பல நூறு வருட பழைமையையும்
பல்வேறு தலைமுறையையும் கொண்ட சமூகத்தின்,
இசை வடிவத்தை மொழிகளற்று
வரிகளற்று புரிந்திட முடியுமென,
நான் ரப்பானிசையை முன் நிறுத்துகிறேன்.

ஆட்டிடையனும் அழுப்பறியா
பாடலினூடே மந்தைகளை மேய்ப்பதும்,
பாலைவன இரவுகளில்
பழ ரச குவளைகளுடன்
கலந்து மகிழும் விழாக்களிலும்,
பெரும் உற்சாகமூட்டும் இசை
ரப்பானிசை.

அரேபிய உலகின்
அதிசிறப்பு கொண்டாட்டங்களின்
முதல் இசையென ஒலிக்கும்

ரப்பானிசையை.
ஆபிரிக்க இசையுலகம் வியக்கும்.

விலக்கப்பட்ட இசைகளிலிருந்து
விலகுவது பற்றிய முன்னறிவிப்பில்
புர்கா மனங்களை ஆராதிக்கின்ற
வேத வார்த்தைகளின்
மேலாடைகளில் வெட்கம் மறைத்து
மறைதலின் அழகை
தாவணி நிழலில் வெளிச்சமிடும்
நிக்காஹ் நாளில்,
அத்தர் வாசம் பரப்பி
அயலவர் சேர்ந்து மிக மிக
சப்தமாக இசைக்கும் ரப்பானிசையில்
சோனக வாடை வீசும்,
உடல் மயிர்க் கூச்சொறியும்.

சின்னஞ் சிறுசுகள்
ரப்பானிசையில் நனையும்
தெருவெங்கும் இசை நதி ஓடும்.

அசைவற்ற உடல்களையும்
அசைந்தாடச் செய்யும்,
அனைத்து இழுத்து மகிழ்ந்து பாட
அழைக்கும்.

எல்லா மதத்துக்குமான இசையென
ரப்பானிசையிருக்கும்.
இல்லையென எந்த மனதும்
தூர விலகிப் பாடாது.

தூக்கிக் கொண்டாடும் உலக இசைகளில்
சிறந்ததென ஆகும்.

ப்ரியத்தை கைவிடுதல்

மென்மையாக ஒரு தவறை
செய்து முடித்து வைப்பதென்பது
கடந்துபோன மூர்க்கத்தனமான
ஞாபகங்களை ஒருமுறை ஞாபகித்துவிட்டு
காலணியை அறைக்கு வெளியே
கழற்றிவிடுவது போல
வெகுதூரம் கிடத்திவிடுவது
அல்லது
நெருக்கமானவர்களின்
நம்பிக்கைகளை குப்பைகளைப் போல
வீசிவிடுவது.
அல்லது
இறுதித் தப்பை அகத்திலிருந்து
வெவ்வேறு கணங்களில்
நினைத்து வலி கொள்வது
அல்லது
மன இடைவெளிகளை அவ்வப்போது
நிரப்பிக் கொண்டேயிருக்கும்
பேரன்பிலிருந்து
திட்டம் போட்டு விலகி விடுவது
அல்லது
உனக்கென ஒரு உலகில் நின்று
தவறை ஆராதிப்பது
அல்லது
தப்புக்களை நெருங்காத உயிர்களுடன் பழகுவது
அல்லது
ப்ரியங்களைக் கட்டாயப்படுத்தி

அகத்திலிருந்து வெளியேற்றுவது
அல்லது
மாற்று உலகுக்கு
தகுதியானவராக மாறுவது
இல்லையேல் தவறிலிருந்து விலகி நின்று
வெறுமனே வேடிக்கை பார்த்துக் கொண்டிருக்கும்
ப்ரியமொன்றை
எல்லா விதங்களிலும் இலகுவாகக் கைவிட்டுவிடுவது.

நீயென்பது கனவு

நேற்று நீயும் நானும்
நடந்த பாதையில்
எனது பயணத்தை குறுக்கிடும்
உன் பாதத்தடங்கள்
சற்று நிறுத்தி,
ஆதி காலத்துப் பாடலொன்றை
பாடத் தொடங்கியது.
பின்
என் பயணத்தை அதுவே வழிநடத்தி
முடித்தும் வைக்கிறது.
நான் திரும்பவும் நேற்றின் கனிந்த
பாடலொன்றை என்கூடவே அழைத்து வருகிறேன்.
இப்போது
நான் கடந்த பாதைகளிலெங்கும் உன்
பாதத்தடங்களைக் காணவில்லை.
ஆனால்
உன் ஞாபகங்கள்
எனக்குள் கிடத்தியிருக்கிறது
நீயென்பது என் கனவுகள் மட்டுமே.

சந்தோசம் ஒழுகும் தினம்

தேசாந்திரியாக அலைகின்ற மனசு
ஒரு வெயில் பொழுதை கண்டிக்கிறது.
காற்றை ஏசுவதில்
வெட்கைக்கு கொண்டாட்டம்.
ஐஸ் குச்சிகளை சூப்புவதில் அலாதியாகி
விடுகிற குழந்தைகளைப் போல
தெருவில் இளைப்பாறக் கிடைக்கின்ற மர நிழலில்
நமக்கும் நிறைந்திருக்கிறது குழந்தைகளின் அலாதி.
ஒரு பெருநாளில்
தீர்ந்து விட்ட கோபத்தை போல
உறவுகள் என்றும் தீராதது.
வெட்கையில் சிக்கிய போது
காற்றெல்லாம் தொழுகைக்காகச் சென்றிருக்கக்கூடும்.
வெயில்
காலத்தை சடுதியாக தந்து,
பின் நகர்கிறது.
மனசு நிறையும் சந்தோசங்களை
தெருவெங்கும் பரப்பிக் கொண்டு.
கால்களில் மிதி படாமல்
தெருவைக் கடக்கிறேன்.
சட்டைப் பைக்குள்
சந்தோசங்களை அள்ளிக் கொண்டு.

வலி

ஒரு ஆழமான வலி
எனது ஆணிவேர் வரை சென்று
காயத்தினை விரிசலாக்குகிறது
அங்குமிங்கும் நிமிர்ந்து தளிர்க்கும்
நம்பிக்கை விழுதுகளை
மேலும் அது தின்று உமிழ்கிறது
சலத்தினை.
ஒரு கணம் தாங்கொன்னாத
வலிகளை தறுவதில்லையென்ற
கூற்றை நான் பொய்ப்பிப்பதில்
எவ்வித நலனுமில்லை.
அசந்து துயிலும் பல இரவுகளை
வெயில் பொழுதுகள் தின்று ஏப்பமிட்டு விட்டது.
பனிக்கூதல் காலத்தில் நின்று
வியர்வைகளை வாங்கிக் கொண்டிருக்கிறேன்
தீராத பெரும் வலியை
துடைத்தெரிய நீ ஈன்ற
மழலையின் புன்னகையில் ஒரு துளியை
என் விழிகளுக்கு முன் பரிசளி போதும்
பெரும் வெடிப்பை உண்டு பண்ணிய
வலியை
நான் மெது மெதுப்பான பானம் போல
அருந்தி ஆறுதல் செய்து கொள்கிறேன்.

ஒரு சொல் வேண்டும்

மார்பின் சூட்டில் உடல் முழுதும்
பரவிக் கொள்ளும் ஒரு மென் ஸ்பரிசம்
கூதல் பொழுதை மழுங்கடிக்கிறது.

பனியின் ஊசித்தூறல் பாதங்களின்
வழியாக தலைக்கேறி புனைவின்
முதல் கவிதையை எழுத சொல்லொன்றைத் தேடுகிறது.

பனிக்காடுகளை எரிக்கும் ஒரு சுடு சொல்
மார்புச் சூட்டை போர்த்திக் கொள்ளும் ஐஸ் சொல்
இதமான இராப் பொழுதை தழுவும்
விரசம் புகுந்த சொல்
விடியலை சந்தோசிக்கும் ஒரு தேநீரை ஒத்த சொல்
எதுவானதாகவுமிருக்கட்டும்
இதுவரை அவனும் நீயும் எழுதிடாத சொல்
என் கவிதையை நான் எழுதி முடிக்க.

களவாடப்பட்ட கொங்கையாடை

அது முதல் சந்திப்பை போன்றல்ல
வெட்கக் கூச்சம் சர்ப்பம் கலையும்
ஆடை போல மெது மெதுவாக
கழற்றி விடும் நெருக்கத்தில்
நீ இட்ட இரகசிய சமிக்ஞை
சாத்தியத்திற்கு உட்பட்ட
ஒரு சம்பிரதாய முத்தத்தை
தந்துவிடச் சொல்லியே.
நம் பருவத்திலிருந்து ஒரு ஆதி இசை
அவ்வப்போது
பச்சை நரம்புகள் வழியே
வந்து வந்து செல்கிறது.
ஆண் உடல் கடும் பாறை
பெண்ணுடலின் மென்சூடு படும் போது
பனியை உண்ணும் சூரியனைப் போல
உறிஞ்சும் நிகழ்வில்
பெண் வெளி முழுதும்
ஈரத் துணியை உலர்த்துவது
வெப்ப மண்டலத்து வலிகள்.
ஒரு செம்பறி ஆட்டின் புல் மேய்தல்
பின் இரவின் நெருக்கத்தின் அர்த்தங்கள்
அள்ளி விசிறும் முன்னே நாம் கேட்ட
ஆதி இசையென
உன் மேனி தழுவி
அதன் நுனியில் இட்ட முத்தம்

முதலானவையல்லவென
நீ நகக் குறி பதிக்கிறாய்
என் நெஞ்சின் மேல்.
பால்கனியை பிழிந்து வெப்பம் பிசிற
சூரியனை அழைத்து
கொங்கையாடைகளை பிழிந்து
காயப் போட்டு முடித்து
உறங்கி எழும்புகிறேன்.
காணாமல் போயிருந்தது அது.
காமம் களவாடிச் சென்றுக்குமோயென்று
அந்த வெப்ப மண்டலத்து நிகழ்வை
முடித்து வைக்க பணிக்கப்பட்டிருக்கிறேன் நான்.

இது அவர்களின் உலகம்

இந்த உலகம் அவர்களுக்கானது
நீ இங்கு சக பயணியே தவிர
தங்கிவிட முடியாது நிரந்தரமாய்.
அவர்களுக்கான சந்தோசம் நிரந்தரமற்றது.
அவர்களுக்கு முன் நீ அறிந்திருக்கிறாய்
தேடிக் கொள்வதெல்லாம் அந்த எல்லைக்குள்
மட்டுமே நீ புரிந்திருக்கிறாய்.
துயில மறந்து அவர்கள் ஓடிக்கொள்வதும்
பகலை நீளச் செய்து
ஆனந்தம் கொள்வதும்,அவர்களுக்குறியது
ஏன் இது அவர்களுக்கான உலகம்.
நீ ஏன் அவர்களோடு பயணிக்க விரும்புகிறாய்
உன் பயணம் புனிதமானது
உன்னுலகம் வேறு
சொற்ப மகிழ்ச்சிக்கும்
தீர்ந்து போகக்கூடிய புகழ்ச்சிக்கும் பின்னால்
எதுக்கு நேரத்தை செலவிடுகிறாய்
நீ எது நோக்கி பயணிக்க இங்கு அனுப்பப்பட்டாய்
நினைவைத் தொலைத்து
நீ அவர்களுக்கான உலகத்தில் வாழ
பழக்கப்படுகிறாய்.
இது தண்டிக்கப்பட வேண்டிய செயல்.
உன் பயணம்
உன் உலகை நீ தேடு
உனக்கு முன்னறிவிப்பு செய்த
கால எல்லைக்குள்

என் காலம்

என் காலம் வரும்போது
யாரும் எனக்காக அழ வேண்டாம்
நீயும்தான்.
மனைவியிடம் நான் சொல்லிய சொல்லில்
மிகவும் வலிமையானது இதுவென
அழுது வடித்து நின்றாள்.
எனினும் கணத்துக்குக் கணம் மாறியபடியும்
ஆழத்தில் அதிர்ந்தபடியும் கிடக்கிறேன்
அவள் கண்ணீர்த் துளியும் நானும்.
இறுதிப் படுக்கையிலிருக்கிறேன்
எனதருகிலிருந்து
அழுவோர் எல்லோரும் அகன்று செல்க.
தொடர்பறுந்து போகப் போகிறேன்
எனதான மிச்ச நிமிடத்தை நானறிவேன்.
மனைவியே, குழந்தைகள் பத்திரம்
என் விழி இமைகளின் அசைவை
புரிந்து மீண்டும் அழத் தொடங்குறாள்.
இதோ நான் இங்கிருக்கிறேன்
குழந்தைகளின் நெஞ்சை தடவி
என் காயங்களுடனும் வலியுடனும்
புன்னகைக்கிறேன்.
குழந்தைகள் சாக்லேட்
சாப்பிட்டுக் கொண்டிருக்கிறார்கள்.
நீயும் நாளை இவர்களைப் போல

வாழ பழக்கப்பட்டுக் கொள் என் மனைவியே.
தீரும் நிமிடங்களை உன் கண்ணீர்த் துளிகளே
அதிகம் தின்று விட்டது.
யாருடைய கண்ணீர் காற்றது நடுங்குகிறது உடல்
அன்னையே நான் வருகிறேன்.
இன்னும் மிதமானது
உன்னுடைய அன்பின் இறக்கைகள்,
அதிலேறி எனது இறுதிப் பறத்தலைச் செய்கிறேன்.
தயவு செய்து
அழ நினைப்பவர்கள் அகன்று விடுங்கள்.

எல்லையற்று மிதந்தசையும் காலம்

வாழ்நாள் முழுவதும்
சுமந்து வந்த
வலிகள் அநேகம்.
கடந்த தூரமும் அதிகம்.
எல்லையற்றது
மிதந்து அசையும் காலம்.
நம்பமாட்டீர்கள்
இன்னும் விழித்துக் கொண்டிருக்கிறது
என்னை காயப்படுத்திய துரோகம்.
துரோகம் என் சருமத்தைத் துளைக்கலாம்.
நான் ரத்தம் சொட்டச் சொட்ட
தொடர்ந்து செல்வேன்.
நீ வழி மறிக்காமலிருந்தால் போதுமானது.
தடுக்கத் தடுக்க முன்னேறுவேன்
துயரம் மறையும் வரை.
எனவே கடந்த காலம்,
மற்ற நாட்களின் துரோகத்தை
நினைக்கச் செய்கிறது,
ஆகவே சென்ற இரவில்
கடந்த காலம்
உன் மீதும் என் மீதும்
இரவு வாழ்க்கையை
எழுதிச் சென்றிருந்தது.
இப்போது துரோகம் பிரகாசிக்கிறது.

நீ சக்தியற்ற கதிர்களாய்
நமந்து போகிறாய்.
நான்
ஒளிர்ந்து கொண்டிருக்கிறேன்
ஒரு நட்சத்திரமாய்.
நீ மறுத்துவிட முடியாதபடி
இந்தக் கவிதையை நான்
முடித்து வைக்கிறேன்.
துரோகம் என்பது இயலாமை.

மறுத்தாடல்

கடலை கண்டு பிடித்தவன்
மீனவன் என்கிறேன்
மறுத்து விடுகிறாய்
மீன்களென்று சொல்லி.

வானத்தை பறவைகள் கண்டு பிடித்தது என்கிறேன்
மறுத்து விடுகிறாய்.

இது உண்மையில்லையென்று.

பூமியை கண்டு கொண்டவன் மனிதன் என்கிறேன்
சிரிக்கிறாய்.

வனத்தை மிருகங்கள் கண்டு பிடித்தது என்று
நான் இனி உன்னிடம் சொல்வதாயில்லை.

றெக்கையல்ல பாதை

நான் பறவை
நான் றெக்கையடிக்கும் பாதையென்பது
நான் பறந்து பறந்து மெருகூட்டுவதிலிருக்கிறது.
நீ பயணிப்பதென்பது
என் பாதையினால் தவிர,
றெக்கையினால் அல்ல.
புறம் பேசிப்பறைதல் என்பது
ஆழ்ந்த மெய்யறிவை
கெடுத்து விடும்.
மாசற்ற தூய்மையே
உன் மனதை கண்ணாடியாய்
மினு மினுக்க வைக்கும்.

மறைபனிச் சொல்

மறைபனி இதழ்களில் வடியும்
நீ சொன்ன சொற்கள்
ஆகாயத்தை சுற்றி
கீழ் இறங்குகிறது
பறவை உதிர்த்த இறகுமயிர்களாய்.
பின்னது மணற்பரப்பில் படர்ந்து
விரிந்து கிடக்கும் இறகின் மயிர்கள்
ஏதோவொன்றை கணநேரமாய் வரைகிறது
மிக நெருக்கமாய் நெருங்கி
வாசிக்கத் தயாராகிறேன்
மனசு மத்தியானச் சூட்டில் வதங்குகிறது.
எதிர்வினை பாடலாய்
ஆகாயத்தை மீண்டும் சுற்றிப் பறக்கிறது
மறைபனி உதடுகளின் சொற்கள்.
இப்போது காற்று மாசுபட்டு
பூமிக்குறங்குகிறது.
நானும் நீயும்
சுவாசிக்கத் தயாராகிக் கொள்கிறோம்.

பிரதிச் சொல்

நீ தேடும் அந்தச் சொல்லை
நான் ஒரு போதும்
சுவையுள்ளதாய் உணர்ந்ததில்லை.
எனது பிரதியில் எங்கேயும் காணமுடியாத
அந்தச் சொல்
என்னிடமே தங்கியிருப்பது பற்றி
நீ அறிந்திருக்க நியாயமில்லை
உனக்கான வாசகனாய்
அந்தச் செல்லை தேடுபவர்கள்
நிறுத்திக் கொள்ளட்டும்
நான் பதில் சொல்லொன்றை
தருவதில் ஆறுதலோ
மகிழ்ச்சியோ அடைந்து கொள்ளட்டுமே அவர்கள்.
யாரும் உச்சரிக்காத சொல்லொன்றை
என் வாசகனுக்காய்
என் பிரதியில் அங்காங்கே
நிரப்பி விட்டிருக்கிறேன்
இடைவெளியை உன் வாசகன்
நிரப்பிவிட நீ
சில உப்பற்ற சொற்களை
அவர்களுக்குப் புசிக்க பணித்திட வேண்டும்.
இப்போது நான் என்பது
பிரதிச் சொல்.

எரிக் பாட்ரிக் கிளாப்டனின் கிட்டார் நீ.

இது கனவில்லை
காதல் என்பதாக வைத்துக் கொள்ளுங்கள்.

அவள்
எனது இருதய நரம்புகளை
சிலிர்ப்படையச் செய்யும்
எரிக் பாட்ரிக் கிளாப்டனின் கிட்டார்.

கஸல் கவிதைகளை
ரசிக்கும் கணங்களில் எல்லாம்
என் வலிகளை துடைத்தெரியும்
இசைக் கருவி.

செத்தே போவென்று,
ப்ரியங்களை தூர வீசிய போது
இருதய நரம்புகள் அறுக்கப்பட்டு
அசைவற்றுக் கிடக்கையில்
அசைவுறச் செய்த
அற்புத மென்னிசை அவள்.

எரிக் பாட்ரிக் கிளாப்டன்
தீண்டியதைவிட உனை நானே
அதிகம் தீண்டியிருக்கிறேன்,
அவ்வளவு மென்மை உன் விரல்கள்.

பனி இரவுகளை சூடாக்கவும்
சூரியப் பொழுதுகளைக் குளிராக்கவும்
உன் பேச்சொலியைத் தவிர
எதனால் முடியும்.

சூஃபிசத்தை எப்போதெல்லாம்
மனசு சுமக்கிறதோ
அப்போதெல்லாம் நீ
எரிக் பாட்ரிக் கிளாப்டனின் கிட்டார்
இசையாகி விடுகிறாய்.

கணத்துக்கு கணம்
பச்சைத் தேநீரை அருந்தும் நான்
ஒரு நாளும் திகைப்புக்குள்ளாகியதில்லை,
உன் தங்கூசி இதழ்கள் எழுப்பும்
மென்னிசையில் திகைப்புக்குள்ளானது போல.

நிச்சயமாக
உணர்ச்சி ஒன்றிருந்தால்
உடல் ஸ்பரிசம்
மற்றவையும் மேவிடும்.

ஆனால்...
காமம் கடந்து
ப்ரியங்களை மட்டுமே
வாசிக்கப் பழகி விட்டேன்
உன்னைப் போல,
நீ கிட்டார் அன்றி வேறேது.

ஏக்னி டிங்கோவின் எழுதுகோல் நான்

நான் இன்றிலிருந்து
ஏக்னி டிங்கோவின் எழுதுகோலை
பற்றிக் கொள்ளப் போகிறேன்.
அரேபிய வாசனையை
தொலைத்து
ஆபிரிக்க வனங்களில் சுற்றப் போகிறேன்.
அங்கேயே கவிதைக் குடில்
அமைத்து
கருப்பனாய் வாழப் போகிறேன்
வேற்றுக்கிரகம் போனாலும்
வேற்றுமைச் சொற்களால்
வீசியடிப்பதை நீங்கள் நிறுத்தப் போவதில்லை.
நாளை முதல் நான் கவிஞனல்ல
வேட்டுவம் செய்யும்
கருப்பின ஆதிவாசியென
பிரகடனம் செய்கிறேன்.

நிலைபேறு சொல்

மனதில் எஞ்சியிருக்கும்
கடைசி சொல்லுக்கு
நீளமான மகிழ்ச்சி ஏதும்
இருக்குமா.

இருக்கும்.

அந்தப் புத்தகத்தில் வசிக்கும் கரையான்கள்
அதனுள் நிறைந்திருக்கும்
சொற்களைத்
தின்று வயிறு வளர்த்ததென்று
சொல்லி வைப்போம்.

அதன் ஜீரணக் கழிவை
இப்போது காற்று வான்பரப்பில்
பறக்க விட்டிருக்கிறது
மலக்குடல் வழியாக.

இப்போது
ஈக்களின் போர்கள் நடந்தாகிறது
பூமியில்.

டொப்றுக் எலிகளின் தந்திரத்தை
வென்றது ஈக்களென
நான் கவிதையை முடிப்பதற்கு முன்
போதையில் திளைத்திருக்கும் நீங்கள்
அந்த மதுக் குவளையிலிருந்து
வெளியேறுங்கள்.

மிளகுச் சதை மனசு

உன் பழுப்பேறிய உதட்டிலிருந்து
சலம் போல சொட்டிக் கொண்ட
சொல்லொன்றில் ஆழப்புதைகின்றன
மிளகுச் சதை மனசு.
மன நோய்மை நீட்டமாய்
என் காலத்தை தின்று பசியாறுகின்றன.
கனவை நம்பிக்கையென்றும்
வாழ்வை மாயை என்றும்
உன் சொற்கள் அவ்வப்போது
என் ரகசியங்களை
வான் கதவுகளைப்போல திறந்து விடத்
தவறுவதில்லை.
அப்போது தான் என் உடலெங்கும்
பூரானின் கால்கள் முளைத்து
வேற்றுக்கிரகம் செல்லத் துணியும்.
நாதியற்று தனித்தலையும் பறவையாய்
வேற்றுக்கிரகத்தில் உயிரணுச்சுவாசம் பூசி
ஒரு வயலின் இசையில் கண் அயர்ந்து
உன் சொல்லின் சூட்சுமத்தை
இசைக் குறிப்பாய் எழுதி
என் விரல்களின் நுனியில்
வேற்றுக்கிரவாசிப் பெண்ணொன்றை
நடனமாட வைத்து
கனவின் கதவடியில் உறங்கிக் கொள்கிறேன்.
நீ
மீண்டும் சூரியக்கதிர்களாய்
உன் சொற்களை உருமாற்றிக் கொள்கிறாய்.
நான் உடனே கனவைக் கலைத்து
பூமி திரும்புகிறேன்.

அசமஞ்சன்

நிசப்தம் ததும்பும் நிசியது
நெடுந்துயர்ந்த நெடுஞ்சாலை வழியாக
பாதணியின்றி நடந்தாகும் கணம்
நிச்சயமாக செவிகளை
தெருச் சருகுகளின் சப்தம் பறிக்காது.
இப்போதுதான்
முனகல் சப்தம் அந்த இரவை
தின்னத் தொடங்கியது.

போர்வைக்குள் எலியொன்று இறந்து கிடக்கிறது.

இறந்த உடல் அசையத் தொடங்குகிறது,
வியந்தாகிறேன்.
போர்வைக்குள்ளிலிருந்து
சர்ப்பம் நெளிந்து வளைந்து நகர்கிறது.

பின்னர்
வாலிபச் சூடு மெல்லமாக இறங்குகிறது,
பயம் சொறியும் கணமதில்.

விரைத்த உருக்கு இரும்பால் செய்யப்பட்ட
இறை கட்டளை
பனியாக உருகி வடிகிறது
இப்போது
நெருப்பெறிவை உம்மத்
ரசிக்கத் தொடங்கியாச்சு.

நிச்சயமாக எலி என்பது
பெண்.
வாசகனுக்கு இப்போது புரிந்திருக்கும்
சர்ப்பம் பற்றி.

குகை

நான் ஏன் அந்தக் குகையை
தேடிச் செல்கிறேன்
நான் ஏன் அங்கே போகிறேன்
மனசு பேதலித்துப் போனவன் போல
நான் ஏன் இருட்டுக் குகைக்குச் செல்கிறேன்
அங்கே என்னதான் உள்ளது
எனது முன்னோர்களின் கால் தடங்களும்
அவர்களின் நிர்வாண ஓவியங்களும்
இல்லை சில மண்டை ஓடுகளும்
இருக்குமென நான் அங்கே போகவில்லை.
ஒரு சிறு பாலகனின் சிரிப்பைச்
சுமந்து செல்கிறேன்
எல்லா வலிகளையும்
காயங்களையும் விட்டுவிட்டு
அங்கே நான் வியக்கும் ஏதோவொன்று இருக்கிறது.
நான் ஏன் அந்த இருட்டு
குகைக்குச் செல்கிறேன்
இனிமேலும் என்னால் வாழ்ந்துவிட முடியாது
எல்லாவற்றுக்குமான ஆசைகளுடன்
அலைந்து திரிபவர்களுடனான
கால் தடங்களில் என்னால்
இனியும் நடந்துவிட முடியாது
அங்கே பேராசைகளை சுமப்பவர்கள்
இருக்கவே மாட்டார்கள்
யாரும் இருந்திருக்கவும் மாட்டார்கள்.
நான் அந்த இருட்டு குகைக்கே
போய் விடுகிறேன்.

தஷ்பீஹ் மணிகளின் இசையில்
ஆன்மா குளிர்கிறது

விரல்களின் இடுக்கில் தஷ்பீஹ் மணிகள்.
முஷல்லா விரிப்பில் கசிந்து கிடக்கிறது
கண்ணீர்த்துளிகள்
கடந்து போன காலத்தின் காயங்களையெண்ணி.
விரல்கள் சொடுக்கும் தஷ்பீஹ் மணிகளின் இசையில்
ஆன்மா குளிர்கிறது.
வெள்ளைப் புறாக்கள் பூமியை விட்டு
பறக்கத் தயாராகிறது வானுக்கு.
தக்பீர் முழக்கத்தின் வழியில்
அபாபீல் பறவை தனது சொண்டுகளில்
சுமந்து செல்கிறது வலிகளை.
காயமுற்ற மாரிக்காலம்
பசிகளைச் சிலுவைகளாக
வரையத் தொடங்கி வைத்து நகர்ந்தது.
தொழுகையின் நெற்றித் தடத்தில்
ஒரு வேற்றுக்கிரக இருள் வந்தமர்ந்து
பிர்அவ்னின் சிரிப்பை சிரித்தது.
பள்ளிகளை புறக்கணித்து
தீண்டத் தகாத நோய்மையை
பிரகடனம் செய்து வைத்தது
அரச இலை இராஜ்ஜியம்.
பாவத்தின் கூர் ஆயுதமென
சனிக் கிழமை வாசிகளாகி

குரங்கு மனங்களைச் சுமக்கச் செய்தது
சைத்தானியக் காலம்.
பச்சை மிளகாய்ச் சதையின் எறிவை
வுழுச் செய்து கடந்து போக
அதான் ஒலிக்குக் காத்திருக்கிறது உடல்.
உள்ளத்தில் உறைந்திருக்கும்
வஞ்சகத் தீயை போக்கிட
பள்ளி ஹவுல் நீரை தேடுகின்றது கால்கள்.
அரச இலைகளில் இப்போது
நன்றாகவே தெரிகிறது
நம்ரூத்தின் சாயல்.
யா ராஸூலே உன் உம்மத்தின் அழுகுரல்
சுவர்க்கத்து குதிரையாய் உன் செவிகளை வந்து
சேரவில்லையா?
கைகளை ஏந்துகிறோம் தினம்
ஹரம் பக்கமாக நெற்றி புதைத்து.

நாய்வேட்டம்

அந்த இரவில் நானொரு
பம்பரம் போல இயங்கினேன்
இடப்பக்கம், வலப்பக்கம்
இன்னும் எல்லா பக்கமும்
இயன்றவரை சுழற்றப்பட்டேன்.
வீட்டின் முற்றத்தில் துயிலாத
அலங்கு நாய் ஒன்றை
சங்கிலியால் கட்டப்பட்ட பிறகும்
எனையொரு இயந்திரமாய்
இயக்கியதில் நான் பெரும் காயம் பட்டுள்ளேன்.
திறமையான அலங்கு நாயொன்றை
தத்தமது நாய்வேட்டத்துக்காக
பயன்படுத்த தெரிந்தவர்கள்
மனித உணர்வுகளை இயந்திரமாய்
பார்ப்பதில் ப்ரியம் கொண்டு விட்டார்கள்.
பசியின் வாசனையை முகந்துகூட பார்க்காதவர்கள்
மனிதனிலிருந்து விடுபட்டவர்களாகவே
வாழப்பழக்கப்பட்டு விட்டார்கள்.
நாய்க்குரிய இழிவான உணவை
தினம் தட்டுக்களில் இட்டு
வீட்டுக்காவலாளிக்கு புகட்டுவது
விலங்கை வென்ற மனம்.
ஒவ்வொரு இரவும் நான்
இயந்திர பொம்மயாய்
சுழன்று கொண்டிருக்கிறேன்
அவர்களோ தயாராகிக் கொண்டிருக்கிறார்கள்
இன்னொரு நாய்வேட்டத்திற்காய்.

காமம்

பனி இரவு
குளிர்ந்த உடலின் மேல்
போர்த்தப்பட்ட தாபப் போர்வை
சிணுங்களும் முணகலுமாக
அறை முழுதும் சிதறி தெறித்துக் கிடக்க
மெல்லிய ஆடையில் நீ
என்னை நெருங்குகிறாயென கனவை நான்
முடித்து வைக்க மனமில்லாமல்
தொடர்கிறேன்.
எதிர் வீட்டு ஜன்னல் வழியே
எரியும் வெளிச்ச குவளையின்
நிழலில் சர்ப்பமதின் பிணைவு
என் கண்களை பறித்தெடுத்துக் கொண்டு,
ஒரு பறவையாக சிறகடிக்க தொடங்குகிறது
பறவையென்பது காமம்.

இரவு – நாய் – மலைப்பாம்பும் சில ஆடுகளும்

இந்த இரவை நான்
மூன்று துண்டுகளாக பிரித்து
ஒற்றைத் துண்டில்
நான் ஒரு ஆதி காலத்து
ரப்பான் இசையில் மூழ்கி நிற்கிறேன்.
மற்றொன்றில்
மாதுக்களின் பெல்லி நடன இறைச்சலில் முண்டைக்கண்
மூடாமல்
திகைத்து நிற்கிறேன்
மூன்றாம் துண்டில் நான்
கண்ணாடிக் குவளைகளை ஏந்திய
பழரச விருந்தில் கலக்கிறேன்.
மூன்று துண்டிலும் இரவு
என்னை மகிழ்வித்ததாக
நான் என்னை ஆசுவாசப்படுத்திக் கொள்கிறேன்.
அறைக் கதவை திறந்து
நான் வெளியே வருகிறேன்
அறைக்கு வெளியே கட்டப்பட்டிருந்த
நீலக் கண்களுடைய நாய் இறந்து கிடக்கிறது.
ஆடுகள் பட்டிகளிலிருந்து பார்த்துக் கொண்டிருக்கிறது
வீட்டுச் சுவரடியில் நகர முடியாமல் படுத்துக் கிடக்கும்
மலைப் பாம்பொன்றை.
ஒவ்வொரு இரவுகளும் இப்படி
ஏதோவொரு நிகழ்வை தர மறுப்பதில்லை.

இசை – நாய் – மழை

மெல்ல மெல்ல எனதறைக்குள்
நிறைகிறது இசை
ஒரு அரூபமாய்.
அறையை நிறைத்த இசையிலிருந்து மீளுகிறேன்.
இரவு மழையின் சப்தம்
நிசப்தத்தைத் தின்னுகிறது.
உறங்கத் தயாராகிப் போர்வைக்குள் புதைகிறேன்
தூக்கத்தை எலும்புத்துண்டுகளைப் போல
நீலக் கண்களுடைய நாய்களிரண்டு
இழுத்துக் குதறி சாப்பிட்டு முடித்து வைக்கிறது.
மீண்டும் இசை எனதறைக்குள்
மெல்ல மெல்ல நிறைந்து கொள்ள
மீண்டும் போர்வைக்குள் புதைகிறேன்
இரவை காலைச் சூரியன் மென்று
துப்பிக் கொண்டிருக்கின்றது
நான் போர்வையை விடுவிக்கிறேன்.
இசை அயர்ந்து துயில்கிறது.

புழுதிப் புதன்

இன்று புழுதிப் புதன்
எகிப்திய நம்பிக்கைகளின்
உன்னத நாள்.

எகிப்திய மணல் மேடுகளின்
இடையில்
பிரம்மிட்டுக்களின் நிழல்களூடே
என்னையொரு ஞாபகம் நடத்திச் செல்கிறது.

அங்கு,
உறங்கிக் கிடப்பவர்களின் அழுகுரல் சப்தம்
எனக்குள் வந்து நிரம்பிக் கொள்கிறது.

நடப்பதற்கு மறுத்து நிற்கும்
என் கால்களை மீண்டும்
ஏதோ ஒன்று கைப்பிடித்து இழுத்துச் செல்கிறது.

பிரம்மிட்டுக்களின் மேலிருந்து
பெயர் தெரியாத பறவைகள் சில
என்னைப் பார்த்துக் கொண்டிருக்க,
மணல் மேட்டிலிருந்து இரு கைகள்
என்னை இழுத்து வைத்து முத்தமிடுகிறது.

கன்னத்தைத் துடைத்து விரல்களை பார்க்கிறேன்,
ரத்தக் கறையில் அரேபிய எழுத்துருவம்.

நீ நரகத்தை வெறுக்கின்றவனா?
அல்லது
சுவர்க்கத்தை விரும்பிகொள்கின்றவனா?

இந்தக் கணத்திலிருந்து,
சுவர்க்கமே இல்லையென்ற
கற்பனையை மட்டும் செய்து கொள்.

உன் ஆத்மா பறிக்கப்பட்டு எழுநூறு நிமிடங்கள்.

இப்போது நாம்
ஏழாம் வானை
நெருங்கிக் கொண்டிருக்கிறோமென்றதும்
யாருக்கும் தெரியாமல்
தவறிலிருந்து விடுபடுகிறேன்.

பின்னர்
இது கனவென்று முடித்து வைப்பதுதான்
முஃமீனின் பண்பென்று,
சுடும் சூரியப் பொழுதில் தூங்கிக் கொள்கிறேன்.

அவையவத்திலிருந்து கசியும் வியர்வைத் துளியின்
மென் ஈரத்தில் கலைகின்றது கனவு.

எலியட்டின் மேற்கோளுடன் ஆழப்புதைகிறேன்

"இந்த உலகில் உள்ள பெரும்பாலான
தீமைகள் நல்ல நோக்கமுடையவர்களால்
செய்யப்படுகின்றன."
என்ற எலியட்டின் மேற்கோளுடன் ஆழப்புதைகிறேன்.

மனக்கலக்கத்தாலும்,
அவமதிப்பாலும்,
நம்மை நாம் தொலைத்துவிடுவதெனி
வாழ்க்கையில்
நீண்ட காலம் துக்கப்படுவதற்கே
நேரம் பத்தாது

வலி நீடிக்கும் போது
நீங்கள் முழுமை.
தூசிப்பதை கடந்து விட்டால்
துக்கம் நம்மை ஆளப் போவதில்லை.

நம் தொடக்கத்தில் இருப்பவர்கள்
முடிவில் இருந்துவிடப் போவதுமில்லை.

எல்லா வார்த்தைகளும் நம்ப முடியாதவை
ஒரு முனையில் நிறுத்தி வைக்கப்பட்டவையது.

போ..
போ..
கடந்து போ.

காலம் எனக்கும் உனக்கும்
அளவில் வேறுதான்.

நிர்வாணம்

நீ கொண்டாடும் பட்டாம்பூச்சிகள்
முன்னர்
ஒரு மில்லியன் நிர்வாணத்தை
சுமந்திருந்தது.
உன் மௌனத்துக்கு முன்
நீ சுமந்த சொற்களின் வடிவத்தைப் போல.
எனக்கு நன்றாக தெரியும்
பளபளப்பான புழுக்களின் ஆடையில்
நீ அமேசன் பக்கமாக நகர்ந்தாய்
மரங்களைப் போலான பச்சை இரவுகளில்
உன் புணர்வு நடந்தேறும்
விலங்குகளின் சப்தங்களை ப்ரியம் கொள்ளாத நீ
வனச் சில்லூரிகளின் சப்தத்தை
இசையாய் கொண்டாடுவதில்
உற்சாகம் அருந்துவாய்.
எனக்குத் தெரியும்
மலைப் பாம்பின் பசியை ஒத்தது
உன் தாபம்.
நீ சொல்
பட்டாம்பூச்சியின் முன்னயே நிர்வாணத்தை
உன் சொற்களில் வைத்திருப்பது பற்றி.
உன் ப்ரியத்தை சொல்லி
அந்த மாய குகைக்குள்
என்னை தள்ளிவிட்டுச் சென்றுவிடாதே.
அதற்காக நீ
மௌனம் கொள்வதும்
உன் அகச் சொற்களை திரையிட்டிருப்பதும்
நிர்வாணத்தை மூடி மறைப்பதற்காகவேயென்றால்
என்னை மன்னித்து விடு
நான் நிர்வாணம் பூண்டுகிறேன்
பட்டாம்பூச்சிகள் பார்த்திருக்க.

அனுமதிக்கக் கூடாத சொற்கள்

இது ஒரு கவிதையென
நான் எழுதியது,
நீங்கள் விரும்பும் விதத்தில் அதை
மாற்றியமைக்கலாம்,
ஆனால், இது எனது புதிய வாழ்க்கை.

நான் மகிழ்வாக இருந்திருக்கக்கூடிய
நாட்களும் இருந்தன.

நான் வருத்தங்களைச் சுமந்த
நாட்களும் இருந்தன.

ஆனால், இப்போது அதைப் பற்றி
நான் கவலைப்பட முடியாது.
நான் வாழ்வதற்கென
ஒரு புதிய துணை கிடைத்துள்ளது.

நான் கடினமாக நேசித்திருக்கக்கூடிய
மகளொன்றும் இருக்கிறாள்.

என் நேர் பாதையை
நான் கண்டுபிடிப்பது
கொஞ்சம் கடினமாகவிருந்தது.

நான் கொஞ்சம் கடினமாக
நேசிப்பையும் வழங்க கூடியவன்
என்னால் அன்பையும் கொடுக்க முடியும்.

ஆனால்
இப்போது அதைப் பற்றி நான் எழுத முடியாது.
நான் வாழ ஒரு புதிய வாழ்க்கை கிடைத்துள்ளது.

நான் புறக்கணிக்கப்பட்டேன்
ஒருபோதும் திரும்பப் பெற முடியாது என்று,
பேசுவதற்கான வார்த்தைகளும் என்னிடம் இருந்தன.

என் பின்புறமிருந்து இறங்கிய அந்த வார்த்தைகளுக்கு
நீங்கள் சொந்தக்காரர்களாகவே
என்னை தொடர்ந்தீர்கள்.

ஒரு பைத்தியக்காரனாய் எனை
பார்க்கும் சந்தர்ப்பங்களையே
நீங்கள் பெற்றியிருந்தீர்கள்
உங்களது அகத்தில் குடியேறியிருந்த
பிசாசுகள் திரும்பிச் செல்லும்படி
தேசிக்காய்களுடன் நீங்கள்
கல்லறைப்பக்கமாக
மூன்றாம் ஜாமம் வரை அலைந்தீர்கள்.

இல்லாதவொன்றை
தேட நினைத்தபோது நான் சிரித்தேன்
அதற்காகவே பைத்தியக்காரரென்று
பச்சை குத்த முற்பட்டீர்கள்.

ஆனால் இப்போது அதைப் பற்றி
நான் கவலைப்பட முடியாது.
நான் வாழ ஒரு புதிய வாழ்க்கை கிடைத்துள்ளது.

ஆயினும்
இன்னொருவரை எழுத நான் அனுமதிக்கக் கூடாத
சொற்களும் என்னிடமிருந்தது.

இது ஒரு கவிதையென
நான் எழுதியது, உங்களால் புரிந்திருக்க முடியும்.
எனக்காக எழுதிய கவிதையை

பல்லாயிரம் இதயங்களில்
இறக்கி வைப்பேன்.

அது வலியின் ஆதி இசையென அவர்களின்
காதுகளைச் சென்றடையும்.
பின்னர்
வாய்களை மூடக் கற்றுக் கொள்வார்கள்
என்பதே எனது பரியம்.

இனி அவர்கள்
இன்னொரு கவிதையை
எழுதத் தொடங்கட்டும்.

உப்புக்கரிக்காத சொல்

ஒரு மீனைப் போல உறிஞ்சிக் கொள்
உப்புக்கரிக்காத என் சொல்லையென்கிறேன்.

நீ கூச்சமடையாத புன்னகையொன்றால்
உடலெங்கும் பூசிச் செல்கிறாய்
ப்ரியத்தை.

என் கன்னங்கள் வழியாக
சொட்டிக் கொள்கிறது
உதட்டுச் சாயம்.

பயத்தின் வியர்வைத்துளிகள்
நதியெனப் பிரவாகமெடுக்கிறது.

இப்போது

துள்ளிக் குதித்து மீன்களாய்
ப்ரியத்தின் சொற்கள் நீந்துகிறது.

நான் தூண்டிலொன்றை தயார் செய்து
கொண்டிருக்கிறேன்,
மிக நீளமாகவும் மிகக் குறைவாகவுமற்ற என் ப்ரியத்தை
இரையாக்கி.

நீ
இப்போது பசித்திருக்கிறாய்,

தங்கூஸ் போன்ற
உன் சொல்லின்
வெது வெதுப்பான ப்ரியத்தை
நான் அருந்திக் கொண்டிருக்கிறேன்.

பொம்மை ப்ரியம்

மகளுக்கு இயந்திர பொம்மைகளென்றால் ப்ரியம்
அவளுடைய ப்ரியத்தை
நான் ஒரு போதும்
கண்டித்ததில்லை.
நேற்று அலுவலகப் பணியின் சுமை
யாரையும் பிடிக்காதபடி
வீட்டினுள் நுழைகிறேன்.
மகள்
வாப்பா எனக்கு அந்தப் பொம்மை வேணுமென்று
அழத் தொடங்குறாள்
காதில் வாங்கிக் கொள்ளாத நான்
அறைக்கதவை திறந்து மூடிக்கொள்கிறேன்.
அசதியில் அயர்ந்து உறங்கியும் விடுகிறேன்.
இப்போது மகள் கனவில் வருகிறாள்
இயந்திர பொம்மை கேட்டு அழுகிறாள்
அவளை அணைத்து முத்தமிட்டு
பொம்மைகளை வாங்கிக் கொடுக்கிறேன்.
மகள் எனை கட்டியணைத்து
கொஞ்கிறாள்.
பொம்மை வாங்கிக் கொடுத்த திருப்தியில்
இரவு நேரம் என்பதால்
நான் மீண்டும் உறங்கிக் கொள்கிறேன்.
என் அறைக்கு வெளியே அவள்
இன்னும் அழுது ஆர்ப்பாட்டம் செய்வதையறிந்திடாமலே.

நான் ஜாக் டேவிஸின் தூதன்

பறவையே
நீட்டி விரித்த உன் றெக்கைகளால்
வான்வெளியை என்னால்
அளந்துவிட முடியும்.

மறுத்து சிரித்து விடுகிறாய்.

உடனே உன் சிரிப்பை
என் கவிதையிலிருந்து அகற்றிவிட்டு
பின் தொடர்கிறேன்.

கடலின் மேலாடையில் வர்ணங்களை பூசவும்,
சுவை மிக்க நீரினை
எனது பானங்களாகவும்,
பறவையே
உன் கனவுகளிலிருந்து விடுபட்டு
என்னால் இரவுகளின் போர்வைகளுள்
கூடு விட்டுக் கூடு பாயவும் முடியுமென்கிறேன்.

கோபித்துக் கொள்கிறாய்.

இப்போது
ஜாக் டேவிஸின் கவிதைகளிலிருந்து
சொற்கள் தானாக உதிர்ந்து விழுகிறது
எனது கவிதையில்.

உடனே
பறவையை எனது கவிதையிலிருந்து அகற்றி விட்டு
நான் பறக்கத்தொடங்குகிறேன்.

இப்போது
வாசகனுக்கு தெரியும்
றெக்கை என்பது கவிதை.

தூதன்

நீ சொற்களை சேமி,
நீ மிகவும் அதனை விரும்பினாய்

ஆதி இசையையும் சேகரித்து வை.

மதுவின் வாசனையையும்
மாதுவின் வாசனையையும் சேமி,
நிச்சயமாக இரண்டும் ஒன்றல்ல.

உன் முன்னோர் காலத்து
நம்பிக்கை வழிபாட்டை சேகரி,
தப்பில்லை.

இப்போது நீ பயணிக்கலாம்
சூஃபிசத்தின் தெருவில்,
ரூமியின் சொற்களை விடுவித்து,
உமர் கய்யாமின் வரிகளில் திளை.
நான் சொல்லிவிட மாட்டேன்
இவ்விரண்டும் வேறு..வேறு!

விடுவி..
சொற்களும் இசையும்
மதுவும் மாதுவின் வாசனையும்,
தீர்ந்தாகட்டும்.

கொஞ்சம் நகர்ந்து பார்
நீ இரசிப்பதும் ருசிப்பதும் ஒன்றல்ல.
வியப்பு வேண்டாம்
நான் ஒரு வாசகன் மட்டுமே.

மீள்

பறவையே
உன் பெயரைத் துடைத்தழி
உன் றெக்கைகளை
உதிர்த்து விடு
உன் இருப்பிடத்தை
அழித்து விடு
இப்போது
நீ எதைப் போலிருக்கிறாயோ அதையும்,
எஞ்சியிருக்கும் றெக்கையற்ற உடலையும்
இன்னும்
பால் இனத்தையும் வேரோடு பிடுங்கு
பின்பு
உனது பெயரை திரும்ப எழுது
உன் இருப்பிடத்தை மீளப்பெறு
கூட்டைக்கட்டு
றெக்கைகளை பொறுத்து
வானில் றெக்கையடி
பின்
முடிவற்றுத் தொடங்கு
தொடக்கத்திலிருந்து
மீண்டும் மீண்டுமாக.

பிடித்தமான புத்தகப் பக்கங்களில் அழுத்தி மூடி

ஆதி இசைகளில் புதைந்தும் புதையாமலும்
கறுப்புத் தேநீரை அருந்திக் கொண்டிருக்கிறேன்,
அகத்தை கெடுத்துவிடாதபடி.

இந்தக் கணம்
பிடித்தமான புத்தகமொன்றை
வாசிக்க தொடங்குகிறேன்.

அதன் பக்கங்களில் அழுத்தி மூடி
வைக்கப்பட்டிருந்த அந்த ஞாபகங்களில்
எவ்வளவு குதூகலம்.

இப்போதும்
இசை தீராதபடி நீள
தேநீரை கைவிட வைத்தது
பிடித்தமான புத்தகப் பக்கங்களில் அழுத்தி
மூடி வைக்கப்பட்டிருந்த சொற்களின் குதூகல ருசி.

தேநீர் குவளையின் மீதி
வெற்றிடத்தை துள்ளிக் குதித்து
நிரப்புகிறது
மேற்கத்திய புத்தகத்திலிருந்து
அருபச் சொற்கள் ஒன்றன் பின் ஒன்றாக.

அந்தச் சொற்களுக்கு
என் ஞாபகங்களோடு
பயணப்படுவதென்பது
ஒவ்வாதது.

ஆயினும்...

இசையை துறந்து
சொற்களுக்கு வடிவம்
கொடுக்கிறேன்.
தீராது ஒலிக்கிறது
காதுகளில் ஆதிக் காலமொரு இசையென.

இசைக்குறிப்பு

நான் எழுதிய இசைக்குறிப்பில்
தப்பென்று எதுவுமிருக்கவில்லை,
எப்போதும் என்னிடத்தில் நீ
யதார்த்தத்தையே போதித்தாய்,
ஒரு புத்தனாயென்று,
நீ என்றும் சொல்லாமலிருந்ததில்லை.
ஆயினும்
அவர்கள் தூசித்துச் சென்றனர்.
நீ எனது அகம் பரிசுத்தமானதெனச் சொன்னதும்,
என் அனைத்து இசைகளினதும் குறிப்புக்களும்
அவர்களைப் பற்றித் துதி பாடத் தொடங்கின.
எனினும்..
அவர்கள் எனது புறத்தையே விரும்பினர்
எனது இசையில்
மேற்கேத்திய வடிங்களில் ஆர்வம் கொண்டனர்
என்னைவிடாமல் கர்ச்சித்தனர்
நானொரு ஆபிரிக்க கருப்பியாய்
கிட்டாரை வாசிக்கப் பழகியிருந்திருந்தால்
என் உடலின் தோள் நிறத்தை
அதிகார நிலையில் பூசித்திருக்க மாட்டார்கள்.
ஆயினும்...
ஒவ்வொரு இரவும்
அவர்கள் எனை துதி பாடச் சொல்லியே கேட்கின்றனர்.

ஏற்கனவே படைக்கப்பட்டவன்

நான் ஒரு கோட்டில் புதைகிறேன்
மறு கோட்டில் எழுகிறேன்
இடையில் துளையில் நுழைந்து
விரல்களின் அசைவில் மீளுகிறேன்
நீங்கள் அந்திப்பொழுதில்
கூடி மகிழ்கிறீர்கள்
கைகளில் உயர்தர பழரசம்,
நுரை ததும்பும் குவளையிலிருந்து
வடிந்து நனைக்கிறது ப்ரியங்களை.
மெல்ல...மெல்ல
விரல்கள் அசைய
ஒரு ராட்சச அலைபோல இசை
புல்லாங்குழலிலிருந்து வெளியேறுகிறது.
நீங்கள் இரசிப்பதில் உயர்தரவர்க்கம்
இரவுகளின் ஒரு பகுதியில்
உறங்குவதற்குப் பழக்கப்பட்டவர்கள்
அந்த இரவு, ஒரு சில உயர்தர பானங்களால்
நிரப்பப்பட்டிருந்தது
குடித்துவிட்டு அதிகமாக கடவுளென
உங்களில் ஒருவர்
மலைகளையும் கடலையும் நெருப்பையும்
படைத்ததாக பிதற்றுகிறார்
உங்கள் கைகளிலும் உயர்தர
மதுபாட்டிலொன்றை தந்துவிட்டு.
இப்போது நீங்களும் மழை நதியென
படைத்துக் கொண்டிருக்கிறீர்கள்.
பார்த்துக்கொண்டிருக்கும் நான்
ஏற்கனவே படைக்கப்பட்ட மனிதன்.

இரவு – கனவு – சூரியன் மற்றும் பனியும், மழையும்

என்னிடம் சில புத்தகங்கள் இருக்கின்றன
படித்துக் கொள்வதற்காக
சொற்கள் நிறைந்திருக்கின்றன
எழுதிக் கொள்வதற்காக
நிச்சயமாக எழுதுகோல் இருக்கிறது.
இப்போது நான் உறங்க வேண்டும்
கனவுகள் காத்திருக்கின்றன.
பனி இரவென்பதால்
கம்பளிப் போர்வை அவசியம்.
நிசப்தம் அறைகளை முழுக்க நனைத்திருக்க
நான் உறங்க வேண்டும்.
கரப்பான்பூச்சியின் சிறுநீர் வாசனை பிடிக்காது.
பல்லிகளின் கீச்சல் அறவே
பிடித்ததில்லை.
இப்போது கனவு காணப் போகிறேன்
துணை கிடைத்து விட்டது உறங்குவதற்கு.
இரவுகளில் கனவுகள் தான் எனக்கு துணை.
உரையாடத் தொடங்குகிறோம்
ஒவ்வொரு உரையாடலிலும்
ஒவ்வொரு சொற்களாக
பொறுக்கிக் கொள்கிறேன்
ஏனென்றால்,
உறக்கம் கலைவதற்கு முன் என்னிடமிருக்கும்
சொற்களை ஒன்று சேர்த்தாக வேண்டும்.
கனவு இப்போது புன்னகைகளை உதிர்க்கிறது.
சொற்களை கொஞ்சம் அகற்ற வேண்டும்
கனவுகள் அழுவதாகவே கவிதையை

எழுதிக் கொண்டிருக்கிறேன்.
இப்போது என் மேல் மிளிர்கிறது பிரகாசச் சூரியன்.
கனவு உரையாடலை முடித்து வைக்கிறது.
நான் இப்போது
சூரியனோடு உரையாடத் தொடங்குகிறேன்.
சூடு உடலை பரவிக் கொள்கிறது
என் மேல் பொழிந்து செல் மழையே
என்கிறேன்.
இன்னும் இன்னுமாக
சூரியன் சூடு பரப்புகிறது.
எதற்கு உரையாடலில்
நிபந்தனை மீறுகிறாய் சூரியனே.
முகத்தை திருப்பிக் கொள்கிறது
என் மென் உடல் உனை ஏற்க மறுக்கிறது.
அகன்று விடு
உரையாடலை முடித்துக் கொள்வோம்.
அப்படியொரு கோபமுனக்கு.
என் மேல் விழாமல்
மென் பனியே சூரியனை நனை.
நான் அதன் கோபத்தில் வெந்து
மீள வருகிறேன்
என் புருவங்களை மீண்டும்
குளிர்விப்பாயா மென்பனியே.
மனசு புன்னகைக்கிறது
சாமத்து நிலவே
வெளிச்சம் ஒழியேன்
உறங்கப் போகிறேன்.
கனவே வா
உன்னில் மிதக்கவிடு.
கவிதை எழுதி முடித்து விட்டேன்
சொற்களை பத்திரப்படுத்திக் கொள்
உரையாடலை இன்னொரு கணம் தொடங்கும் வரை.

மதுசார நெடி

நேசிப்பை அதிகம் வைத்திருந்தேன்
விரும்பி வளர்க்க எண்ணாத
அந்த ஆண் பூனையைப் போல.
ப்ரியத்தை எனக்காய் நீ வைத்திருந்தாய்
முற்றத்தில் கட்டப் பட்டிருக்கும்
நேசிக்கப் படாத நாய் போல.
இதிலொன்றும், மாயையெதுவுமில்லை.
வித்தைகளும் மெய்யறிவுடையதுதானே.
மீதமானவைகளை அருந்துவது சாத்தான்கள்.
நாம் தான் மீதம் வைக்காமல்
அருந்தப் பழகியிருக்கிறோமே,
அது கய்யாமின் உயர்தர மதுவானாலும் சரி.
ரூமியின் பாடல் வரிகளில்
ஒரு சூஃபி இசையை கேட்க ப்ரியம்
கொண்டு பின்னால் வருகிறேன்,
நீ சப்பித் துப்பிய ஆட்டு மந்தைகளின்
எழும்புகளில் மொய்த்துக்கிடக்கும்
ஈக்களைப் போல.
இன்னும்.. இன்னும் பலர்
அங்கே அமர்ந்திருக்கிறார்கள்,
பாரசீகம் பேசிக்கொண்டு.
நீ மதுசார நெடி வீச
எழுந்து கொள்கிறாய்,
தூரத்தில் கேட்கிறது ஒரு றப்பான் இசை.

மாற்றுச் சொல்

நீங்கள் ஒரு போதும்
அவனை அபகீர்த்தியடைச் செய்யாதீர்கள்.

உங்களது சொற்களின் வலிமை
அவனது வலியை அதிகரிக்கச் செய்யலாம்.

உங்கள் சொல்லில் எவ்வொரு
மாற்றுச்சொல்லினையாவது
அவனுக்காக பயன்படுத்துங்கள்
மாற்றுத்திறனாளி என்பதைத் தவிர.

அவனது அறியாமையினாலோ
இயலாமையினாலோ
உங்களை அவன் நாடி வந்திருக்கலாம்.

அதற்காக அவனது ஆடைகளில் படிந்திருக்கும்
அழுக்குகளை காட்டியோ
அவனின் உடலிலிருந்து வீசும்
துர்மணத்தைக் காட்டியோ நோகடித்து விடாதீர்கள்.

சிரிப்பையோ
அழுகையையோ அவன் விரும்பிச் செய்வதில்லை.

விரும்பம் தெரியாதவன் அவன்.

அவனை அப்படியே விமர்சிக்காமல்
விட்டு விடுங்கள்.

அவன் தெருவில் பாடக்கூடியவனாகவோ
தட்டுக்களை ஏந்தி தாளம் போடக்கூடியவனாகவோ
இருந்திடட்டும்.
நீங்கள் கடந்து போகின்றவர்களாக
இருந்து விடுங்கள்.

பைத்தியம் என்று சொல்வதை
தவிர்த்துக் கொள்ளுங்கள்.

உங்களது மகிழ்ச்சிக்காக அவனை தடுத்து நிறுத்தி,
கேள்விகளைக் கேட்டு ஆரவாரம்
கொள்ளாதீர்கள்.

அவனை அப்படியே விட்டு விடலாமே.

எரிந்து மீதமான பீடித் துண்டை
பிடித்துத்தான் பார்க்கட்டுமே.

வீசியெறிந்த மதுபாட்டிலை
ருசித்துத்தான் பார்க்கட்டுமே.

வீண்விரயம் செய்த தெருச்சாப்பாட்டை
உண்டு விடட்டுமே

நீங்கள் நல்லவர்களாக கடந்து போய்விடலாமே?

நீங்கள் காணாத நாளொன்றில்
அவன் காணாமல் போயிருக்கலாம்.

இல்லையெனின்
நீங்கள் பயணிக்கும் அதே சாலையில்
நீங்கள் பார்த்திருக்க
வாகனத்தில் அடிபட்டு பிணமாகவும் கூடும்.

நீங்கள் மனிதனாய் மதிக்காத அவனை
யாரோ ஒருவன் உயர்ந்தவனாக
பார்த்திருக்கவும் கூடும்.

ஆகவே
உங்களது பரிபாஷையிலிருந்து எந்தவொரு
பிரதிச் சொல்லையாவது
நீங்கள் அவனுக்காகப்
பரிந்துரையுங்கள் கடவுளாகவன்றி.

சிகப்பு வெளிச்சப் பெண்

நான் இருட்டை ப்ரியம் கொண்டவள்
கறுப்பு நிறத்தையுடையவள்
உருகும் மெழுகுவர்த்தியின் நிறத்தில்
ஆடை அணிந்தவள்
நீங்கள் கூச்சலிட நான்
என் பெருத்த கொங்கைகளை வைத்திருப்பவள்.
எனக்கும் உங்களைப் போல
ஒரு விடுமுறை நாளிலாவது
கடற்கரைக்குச் சென்று மகிழ ஆசையுடையவள்தான்.
என் அலங்காரத்தைக் கண்டு
நீங்கள் சிரித்து விடுவீர்கள் என்பதாலயே
சிகப்பு வெளிச்சத்தில் ஒதுங்கி விடுகிறேன்.
எனை நெருங்குகின்றவர்களே
இயற்கையான இச்சையுடன்
போதுமாக்கிக் கொள்ளுங்கள்
எதற்கு மேற்கத்திய குதிரைகளை
மேய விடுகிறீர்கள்.
என் தொண்டைக்குழி வாடிப் போய்க் கிடக்கிறது
மதுசார நெடியுடன் நெருங்காதீர்
பசியில் காய்ந்து கிடக்கும் வயிறு பிதற்றுகிறது.
கடைவாயில் வழியும் வீணியால்
அசிங்கம் பண்ணாதீர்கள்
நாகரீகமாக உங்களின் பூனை நகங்களை
நெஞ்சில் பதியுங்கள்

எதற்கு விலங்குகளைப் போல
அசிங்கம் பண்ணுகின்றீர்கள்
நீண்டு விரிந்த என் கூந்தலில்
பூச்சூட வேண்டாம்
சப்பாத்தி மா போல பிசைந்து தள்ளாதீர்.
ஒட்டி கறுத்துக் கிடக்கும் தொப்புள்குழியில்
சிகரட் துகள்களையிட்டு நிரப்பாதீர்.
உயர்தர மதுவின் நெடியைப்போல
புணர்வின் வார்த்தைகளை
ஒப்புவிக்காமலாவது புணர்ந்து செல்லுங்கள்.
இறுதியாக நான் ஒரு பெண்ணென்ற
உங்களது உயர்ந்த எண்ணத்தை
எனது படுக்கையிலாவது
விட்டுச் செல்லுங்கள்.

பெருங் கனவு

பெருங் கனவுக்கு
இடராய் இருக்குமென்று
வெளிச்சத்தை இரவாக்குவது சிறந்ததென
முடிவுக்கு வந்தபோது
உறக்கத்திற்கென
வெளிச்சத்திலிருந்து இருளுக்கு
விரைவாய் மாறுகிறது கண்கள்.

அப்படியே ஆழ்ந்த உறக்கத்திலிருந்து
மெது மெதுவாக விடுபடுகிறேன்
கனவொன்றுக்குள், மீன்தொட்டியிலிருந்து
துள்ளிக்குதிக்கும் மீனைப் போல்.

பிறகு
பெருங் கனவு பாம்புகளாகவும்
சாத்தான்களாகவும்
நிறைகிறது உறக்க நிலைக்குள்.

இப்போது
சலசலக்கும் இலைகளின் நிழல் போல
மெதுவாய் பயம் அறிமுகம் செய்யப்படுகிறது.

பின்னர்
உறக்கமும் கனவும் கலையலாம்
பயம் மட்டும் அறை முழுதும்
நிறைந்து நிற்க.

நான் வெளியேறுகிறேன்
கதவுக்குப் பின்னால்
தனித்து விடப்பட்ட இரவொன்றிலிருந்து.

இறுதியில் இருளே எனக்கு இதமாகும்
என்ற தப்பெண்ணத்திலிருந்து
விடுபடுகின்றேன்.

சூரியன் எனைச் சுடுகிறது.

பித்னா

அந்தச் சொல்லை நீ
மிக அவதானமாக கடந்து செல்.
அந்த ஒற்றைச் சொல்லால்தான்
பல சாம்ராஜ்ஜியங்கள் உருவானது.
யானைப்படைகளாலும்
குதிரைப்படைகளாலும் வழி நடத்திச் செல்லப்பட்ட
முன்னோர்களின்
குருதிக் கதைகள் பலவற்றை சுமந்த சொல்லது.
குகைகளுக்கும் மலைகளுக்கும்
பாலைவனங்களுக்கும் மிக நெருக்கமான சொல்லது.
குகைகளில் பல முறை வௌவால்களாகவும்
சிலந்தி வலைகளாகவும் பேர் போன சொல்லது.
மலைகளில் மறைந்திருந்து
வரலாற்றை மாற்றிய சொல்லது.
பாலை வெளியின் வெயிற்சூடுகளை
தின்று தின்று உடலூறிந்து காய்ந்து
சிதைந்து போன சொல்லது.
பித்னா அது பயங்கரமானதும்
கலங்கம் மிக்கதுயென எழுதிச் செல்கிறேன்.
வாசகனே என் கூடவே தொடருங்கள்
உங்களின் நிழல்களுக்குள்ளும்
அதுவாக உள் நுழைந்திருப்பதை நிச்சயம்
கண்டு கொள்வீர்கள்.
பித்னா வேறொன்றுமில்லை
மிகவும் சோதனைமிக்கது.

ஆரவாரத்தை நிறைவு செய்த ஆண் நாய்கள்

அந்த இரவு குளிர்மையால்
அமைதி பெற்றிருந்தது
நான் நீ இல்லாத இரவில்
தனிமையை சுமந்திருந்தேன்
துன்பம் என்னை முழுமையாக
ஆட்கொண்டிருந்தது
தீராத நோய் ஒன்று போல.
நீ அவ்வபோது என் மூச்சுக் காற்றின் சூட்டில்
எனது இருட்டறையின் சுவர்களில் உலாவிக்
கொண்டிருக்கிறாய்.
என்னால் இப்போது எனை
ஆட்கொண்டிருக்கும் தனிமையை
வாசிக்க முடியவில்லை.
உன் கண்களின் நிறம், ஈரமான உதடுகள்
எனது பார்வையில் நிரம்பி வழிகிறது
துயிலாத கண்களுக்குள்.
அறைக்கு வெளியே ஆண் நாய்கள் சில
ஆரவாரப்படுத்துகிற நிகழ்வுவொன்றை
மிகத் தெளிவாக உணர்ந்து
உன்னை பின் தொடர்கிறேன்
நீ சுவரிலிருந்து மெது மெதுவாக
மறையத் துவங்குகிறாய்.
இப்போது மகிழ்ச்சி எரியூட்டப்பட்டு
வலியொன்று வாசிக்கப்படுகிறது
எரிக் பாட்ரிக் கிளாப்ட்டனின் கிட்டாரிலிருந்து.
நான் பழைய கண்களைக் கொண்டு,

குளிர் நடுக்கத்துடன் கையில்
இசைக் குறிப்பொன்றை ஏந்தி வருகிறேன்
நீ ஒரு நொடி காத்திரு.
இப்போது
ஆண் நாய்கள்
ஆரவாரத்தை நிறைவு செய்து விட்டது.
நீ மெதுவாக கொலையொன்றை நிகழ்த்திவிட்டு
நகர்கிறாய்
உன் கொலைக் குறிப்பேட்டில்
என் பெயரில்லை.

குழப்பவியல்

தவறிலிருந்து நான் தப்பிக்க வேண்டும்—
தற்போது மூன்றாம் இரவின் ஆரம்பம்.
ஒரு வான் ஊர்தி இப்போது புறப்படுகிறது.
எனது தவறை தடுப்பதற்கான ஆரவாரத்துடன்.
மனசு இன்னும் விடுபடவில்லையா
தவறிலிருந்து தப்பி வெளியேற
இல்லையென்றே ஆசை நச்சரிக்கிறது.
இல்லை.. இல்லை
தவறிலிருந்து நான் தப்பி மீளவே வேண்டும்.
துயிலை கண்களிலிருந்து துடைத்தெரிகிறேன்.
கைகள் இரண்டும் இறகாய் உருமாறுகிறது.
வான் வெளியை பறந்து நிரப்புகிறேன்.
பறவைகளுடன் பறவையாக.
இப்போது
நான் விட்டுச் செல்வது
வாசகனுக்கு பதிலையல்ல கேள்வியை.
இந்த குழப்பவியல் தான்
வாழ்வின் மாயையென்கிறேன்.
மறுத்துவிடுவதற்கு முன்
உன் தவறிலிருந்து விடுபடு.

மாயச் சொற்கள்

குழப்பம் சம்பவித்த நிசியில்
கண்ணாடி அறையின் வெளியே
பனிக்காடுகள் பூர்த்திருக்க
அங்கம் நடு நடுங்கியெழுதுகிறது
அந்தச் சம்பவத்தை.
முதலில் இப்படித்தான் எழுதத் தொடங்கியது.
மனசு தீக்கிரையாகி ஒழுகியது
மேசையில் எழுதி வைத்த மாய சொற்கள் சில
மேசையை விட்டெறங்கி
நெருங்கி வந்து நீராகி அணைக்கிறது.
சூடாறிய மனசு மீண்டும் எரிய தொடங்குகிறது
நீராகிய சொற்கள் மீண்டும் காற்றாகி
வீசத் தொடங்குகிறது
எரிய தொடங்கிய மனசு
மீண்டும் அனைந்து கொள்கிறது
மீண்டும் மீண்டும் எரிவதும் அனைப்பதுமாக
இந்தச் சம்பவம் தொடர்கிறது
இதனை ஒரு சமாதான நிலைக்கு
கொண்டு வருவதென்றால் வாசகன்
நீங்கள் அந்த மாய சொற்களை மேசை மீது
ஒரு அசையா பூச்செண்டாய் மாற்றிவிட வேண்டும்.
இல்லையேல்
அந்த மனசையொரு
நீரென அதில் எழுதிவிட வேண்டும்.

ஜே.பிரோஸ்கான்

மீன் பாடி

உறக்கத்திற்கு காத்திருக்கிறது
ஒரு பூனை போல
அது சுருண்டு புரளும்
படுக்கை.

நான் வாசித்துக் கொண்டிருக்கும்
அந்தப் புத்தகத்தில்
அது நீண்ட காலமாக
வசித்து வருகிறது.

மெல்ல மெல்லப்
பூனையை வாசித்து
நகர்ந்து வருகிறேன்.

மீன்கள்
அறை முழுதும் நிரம்புகிறது
எனது வாசிப்பின் நெடியில்.

இப்போது
பூனை உறக்கத்தை விட்டும்
பஞ்சு படுக்கையிலிருந்தும்
கீழுறங்குகிறது.

நான்
வாசிக்கும் புத்தகத்தின் பெயர்
மீன் பாடி.

ஜென் கவிதைகள்

பறவை
வெளித் தள்ளியது குடலிலிருந்து
விதை, மரம், தோப்பு.
♪

தன் இரைப்பையை நிரப்பிய
நீர்க்காகம்
பசித்திருக்கும் குஞ்சுக்காய்
தனது அலகில் சுமந்து செல்கிறது
இன்னொரு கடலை.
♪

யாருக்கும் தெரியாமல்
பூட்டப்பட்டிருக்கும்
அந்தக் குகைக்குள் இருக்கிறது
நீ யாரென்ற ரகசியம்
குகையென்பது மனம்.
♪

குவியத்தில் தெரிபடும் காட்சி
அநாமத்தாய் பரப்பிச் செல்கிறது
கனவை.
♪

நீ விதையல்ல
அதற்குள் நிறைந்திருக்கும்
வனம்.

இருந்திடட்டும்

உன் கோபம்
சில சொற்களால் ஆறுதலானதெனின்...

உன் இச்சை
பல எழுத்துக்களாலும்
சில சொற்களாலுமானது.

உன் அன்பு
சில கடல்களாலும்
பல அலைகளாலுமானது.

உன் பெருமை சில மௌனங்களாலும்
பல பேராராவரங்களாலுமானது.

உன் அகம்
சில பெருங்காயங்களாலும்
பல ரத்தக்கறைகளாலுமானது.

இந்தக் கவிதை மட்டும்
உன்னாலும் என்னாலுமானதாக
இருந்திடட்டுமே.

பாரசீக தெருவில்...

எல்லா இடங்களையும்
உன்னைப் போன்றொன்று
நிரப்புகிறது.

அதனால்..

என்னால் இதுவரை நிரப்பப்படாமலிருந்த,
பாரசீகத் தெருவில் நடக்க ஆரம்பிக்கிறேன்.

இடையில் களியாட்ட விடுதியொன்றினுள் தாகம்
தீர்க்கவென ஒதுங்கிக் கொள்கிறேன்.

அங்கு உயர் தரம் நிறைந்தவைகளே
விற்பனைக்குள்ளது.

மேற்சட்டையின் பையில்
சலசலக்கிறது சில்லறைகள்.

விலைப்பட்டியிலிருந்து எதையும் என்னால் தேர்ந்தெடுக்க
முடியவில்லை.

அங்குமிங்கும் அசைகிறேன்,
மனசு மட்டும் அசையாமல் அங்கேயே தரித்து நிற்கிறது.

இப்போது...

கம்பீரமான கட்டுடலைக் கொண்டவர்களிரண்டு
பேரினால்,
விளம்பரப் பலகையைப் பார்க்காத தண்டனைக்காக,
நான் மட்டும்..
வெளியேற்றப்படுகிறேன்.

என் தாகத்தை அங்கேயே நிறுத்திவிட்டு.

அநீதி

ஒருவரோடு ஒருவர் நம்மை நாமே
பூரணப்படுத்திக் கொள்ளலாமென
நிகழ்வொன்றை தயார் படுத்துகிறேன்.
நீ இன்னொருவரின் கனவிலிருந்து
பிரிந்து வந்து
எனது துயிலோடு இணைகிறாய்.
எனது புலம்பல்களை
உன்னால் ஜீரணிக்க முடியாது.
மீண்டும் சொல்கிறேன்
வலி நீண்டிருக்கிறது
காயம் ஆழமானதாயிருக்கிறது
இருண்டிருக்கிறது உள்ளம்
அதனுடைய சுவர்கள்
செங்குத்தானவை.
குறைந்தபட்சம்
உனக்கு எனது அநீதி பற்றிச்
சொல்ல.
வாய்ப்பு வழங்கப்படவில்லை.
குற்றத்துடன் பிணைக்கப்பட்டிருந்தாய்.
உன் வாய் கட்டப்பட்டிருந்தன
உனக்கு எனது அநீதி பற்றிச்
சொல்ல
இடமளிக்கப்படவில்லையென்பதால்
நீ தீர்ப்பெழுதிக் கொண்டிருக்கிறாய்.
நான் துயிலைக் கலைக்கிறேன்
தூரத்தில் கேட்கிறது
நீ பிரிந்து வந்த விழிக்காரனின்
கதறல் சப்தம்.

அரூபச் சொற்கள்

உங்கள் சுய அன்பில்
உங்களை நுகர வேண்டாம்.
கண்ணாடி அகத்தைக் காட்டி விடுவதில்லை.
உங்களிலிருந்து
இன்னொன்றைப் பிரதி செய்யும்
தப்பைச் செய்யாமலிருந்ததுமில்லை கனவு.
ஞாபகங்களை ப்ரியம் கொள்ளும்
மனசுக்குத் தெரியும்
நூறாயிரம் கணங்களைத் தொலைத்தது பற்றி.
இப்போது ஒவ்வொரு கணங்களும்
ஒவ்வொரு ஞாபகங்கள் தான் என,
எழுதிக் கொள்கிறேன்
மறந்து போன ஞாபகங்கள் சில
கவிதையில் அரூபச் சொற்களாய்
வந்தமர்ந்து முடித்து வைக்கின்றன.

புத்தகம் திறந்து

என்னில் தேங்கிக் கிடக்கும்
சொற்களையெல்லாம்
விலக்கிவிட்டு
உனை என்னோடு இருக்கச் சம்மதிக்கிறேன்
எனைக் காட்டுமென நீ நினைக்கும்
புத்தகத்தைத் திறந்து
அதில் உனக்கான சொல்லொன்றை
காட்டிவிட்டு,
மூடிக் கொள்கிறேன்.

தெரியாதவற்றின் மீதான நேசம்.

உன் அன்பே
நிரந்தரமானதும்
நிரந்தரமற்றதுமாய்
தினம் உனை அங்குமிங்கும்
அலைய வைக்கிறது.
அது மேலும்
பேரன்பின்மீதான கவனிப்பையும்
தவறிவிடச் செய்து விடுகிறது.
கடைசியாய் நம்பிக்கை என்பது
இவற்றையெல்லாம் அறிந்திடாதது.
தெளிவான இருப்பென்பது
தெரியாதவற்றின் மீதான
இருக்கமான நேசமே.

விடுபடுதல்

நீ கர்வத்திலிருந்து முழுமையாக
விடுபடவென
ஒரு நேர்பாதை சமைக்கப்பட்டுள்ளது.
அது மெல்லிய நூலுடையதெனச்
சொல்லி வைக்கிறேன்.
ஆனால் ஒன்று
நீ கர்வத்திலிருந்து விடுவிக்கப்பட்ட பின்பு
கர்வம், நேர்பாதை என்பதன்
அர்த்தம்தான் என்ன.?

நேர்பாதை

நீதியிருப்பது அவனது
நேர்பார்வையில்
சர்வமும் அவனது இருப்பின்
நேசத்திற்குள்தான்.
சந்தேகமேயில்லாமல் அவனுக்குள்
உனை முழுதுமாய் தொலைத்துவிடு.
நீ தெரிந்திருக்க வேண்டிய
இன்னொன்றையும் கவனி
உண்மையைக் கண்டடைந்தவுடன்
மாயஜாலத்தைப் பற்றி
பேசிப் பறையாதே.
மறை நம்பிக்கையே அவனது
அன்பின் கூட்டுக்கு நேர்பாதை.

வெளியேறு

சொற்கள் என்பது ஒரு
சலசலப்புமிக்க நதி
அது கடலின் மாயத்தோற்றம்.
உப்பு, நிறம் என விரியும்
இந்தக் கோட்பாட்டிலிருந்து
வெளியேறு,
இல்லாத சுவையைத் தேடுவதை விடுத்து.

பேதம் ஏதுமில்லை

என்னுடைய புத்தக அலமாரியில்
பதுங்கிக் கிடக்கும் சொற்களுக்குள்
சூஃபிசமென்றும்
கஸலென்றும்
நவீனமென்றும்
பேதம் ஏதுமில்லை
அலமாரியில் இருக்கும் அத்தனையும்
வாசிக்கப்பட்டவைதான்
வாசிக்கப்பட வேண்டியவன் நானே.

ஒப்புவித்தல்

மறு உலகை நோக்கி
உனைத் திருப்பிக்கொள்
வாழ்வின் மேன்மை,
பணம், பதவி, பட்டங்களுக்கெல்லாம்
புறமுதுகை காட்டிச் செல்.
உன் பாதையில் தனித்திரு
புறச் சிரிப்பை ஏந்தி வருபவர்களை
விட்டு விலகு
எல்லாவற்றையும் கடந்து,
பிடித்த ஒன்றின் முன்
ஒப்புவித்துக்கொள்
உனக்கான இடத்தை.
யாராவது இடை நிறுத்தி
எது உன் பாதையென்று கேட்டுவிட்டால்,
இப்படியெல்லாம்தான்
நான் சொல்லி வைப்பேன்.

வணங்குவதற்காகவேயன்றி

வணங்குவதற்காகவே நீ
உருவாக்கப்பட்டுள்ளாய்
உனக்கான இருப்பிடம் காத்திருக்கிறது.
பெரும் ஆசைகளைச் சுமந்திருக்கும் நீ
சுயம், பொதுமையில்
எப்படி நீ திருப்திப்பட்டுவிடப் போகிறாய்.
சதா பாவத்துடன்
றெக்கை விரித்து திரிந்தால்
உருவாக்கியவனைக் கண்டுகொள்வதெப்படி..?

நானும் மழையும் வெயிலும்

கடந்த நாட்களில் எல்லாம்
எல்லாப்புறங்களிலும் மழையே
குளிர்ந்த உடல்
இப்போது சுடுதலுக்காய்
மேலான அன்பால் நிறைந்த
இன்னுமொரு வெயிலை
அவசியமெனக் கருதுகிறது.
காலம்
தனது பார்வையின் எல்லைக்குள்
வெயிலை தேடாமலுமில்லை.
மழை எல்லையற்றதென்று
காலம் சொல்லித் தப்பிவிடவுமில்லை.
நெல்மணிகளுக்குத் தெரிந்திருக்கும்
மழையை
ஒருபோதும் காலம் தந்துவிடாமலுமில்லை.
என்ன காய் கறிச் செடிகளுக்கு
வெயிலை முழுமையாக பிடித்து விடுவதுமில்லை.
எப்படியாயினும் எரியும் மனதை
குளிர்விக்க ஒரு ப்ரியமிக்க மழை
தேவை.
எனினும்,
பொழுதுக்குப் பொழுது மாறியபடியும்
கற்பனையின் ஆழத்தில்
அதிர்ந்தபடியும் கிடக்கிறோம்.
நானும் மழையும் வெயிலும்.

பனி மேடு

சுவிட்ஸர்லாந்து தெருக்களில்
படிந்திருக்கும்
பனி மேடுகளின் நடுவில்
மண்டியிட்டு அமர்ந்திருக்கிறது
ஒரு கவிதை
இன்று பனிக்காலத்தின் முடிவு நாள்.
சூரியனைக் காணும் அவாவில்
எங்கோ தூரத்தில் நிற்கும் எனை
கை நீட்டி அழைக்கிறது அந்தக் கவிதை.
குளிர் பயத்தை உடலிலிருந்து
அகற்றி விட்டு மெல்ல மெல்ல நகர்கிறேன்,
கவிதைச் சுடுகிறது.

கடந்து செல்கிறாய்

மிக நெருக்கடியான கணமதில்
தனித்திருக்கையில்
என் அன்பைத் தின்று தீர்ப்பதைப் போல.
உன் தன்னிறைவு கொள்ளாத கவிதை
என் கண்களைப் பறித்தது.
இனியது எப்போதும் நோவினையென
வெடித்து வெளியேறும்.
வலி பிறழும் ஒரு புள்ளியில்
நீ எப்போதும் வாழ்வாய்.
தொழுகை விரிப்பில் இப்போது
நான் அமர்ந்திருக்கிறேன்,
நீ என் ஞாபகங்களில் கடந்து
செல்கிறாய்.

உறுப்பறையன்

தூரத்தில் நின்று நீ
உமிழ்ந்த அந்த சொற்களின் நாற்றம்
செவிகளூடே
என் வலிகளைத் தின்றது.
ஆரணியமொன்றில் தனித்தலையும்
பறவையொன்றின் அவதித் துகள்களை
உன் கறைபடிந்த மனம் சிரித்துக் கொண்டு
வரவேற்கப் பழகி விட்டது.
ஒரு உறுப்பறையனின் காயங்களை
ஒரு போதும் உன்னைப் போன்றோர்
உணர்வதில்லை.
ஒரு நாள் நீ இருடியாகி
தனித்தலைவாய் அதே ஆரணியத்தில்.
உறவுகளற்று
உள்ளம் உறுப்பறையனாகி.